ನರಕ

72-ತುಣುಕುಗಳ ಒಂದು ಕಲಾ ಸಂಗ್ರಹ

ನರಕ

ಡೀನೊ ಡೀ ಡುರಾಂಟೆ

ರವರ

ಒಂದು ಕಲಾ ಸಂಗ್ರಹ

ಕಾಪಿರೈಟ್ಬಿಟ್ ಬಿ ೨೦೧೪ ಡಿವೈನ್ ಕ್ವೆಸ್ಟ್, ಎಲ್ಎಲ್ಸಿ
ಪ್ಯಾನ್ ಅಮೇರಿಕಾ ಮತ್ತು ಇಂಟರ್ನ್ಯಾಷನಲ್ ಕಾಪಿರೈಟ್ ಸಮಾವೇಶಗಳಲ್ಲಿ
ಮತ್ತು ಕಾನೂನುಗಳ ಪ್ರಕಾರ ಎಲ್ಲಾ ಹಕ್ಕುಗಳನ್ನು ಕಾಯ್ದಿರಿಸಲಾಗಿದೆ

ಮೊದಲನೇ ಆವೃತ್ತಿ
10 9 8 7 6 5 4 3 2 1

ಯುಎಸ್ ಕಾಂಗ್ರೆಸ್ಸ್ ಗ್ರಂಥಾಲಯ VAu 1-189-270

ISBN-13: 978-1-62879-047-4
ISBN-10: 1628790474

ಪುಸ್ತಕಗಳ ಸಗಟು ಖರೀದಿಗಾಗಿ ಸಂಪರ್ಕಿಸಿ:

GOTIMNA PUBLICATIONS, LLC
WWW.GOTIMNAPUBLICATIONS.COM

ಕಲಾಚಿತ್ರಗಳ ಖರೀದಿಗಾಗಿ ಸಂಪರ್ಕಿಸಿ:

EPIC ART COLLECTIONS, LLC
WWW.EPICARTCOLLECTIONS.COM

ನಾನು ಈ ಕಾರ್ಯವನ್ನು
ಸಮರ್ಪಿಸುತ್ತೇನೆ
ಡಾಂಟೆ ಅಲಿಘೆರಿಯವರಿಗೆ
ನನ್ನ ಜೀವನದ ಗುರುಗಳಿಗೆ

ಮತ್ತು

ನನ್ನ ಪ್ರೀತಿಯ ಲುಸಿಯಾಗೆ
ನನ್ನ ಬಾಳಿನ "ಬೆಳಕು",
ಯಾರನ್ನು ನಾನು ಬೀಟ್ ರೈಸ್ನ
ರೂಪದಲ್ಲಿ ಅಮರಗೊಳಿಸಿದ್ದೇನೆ

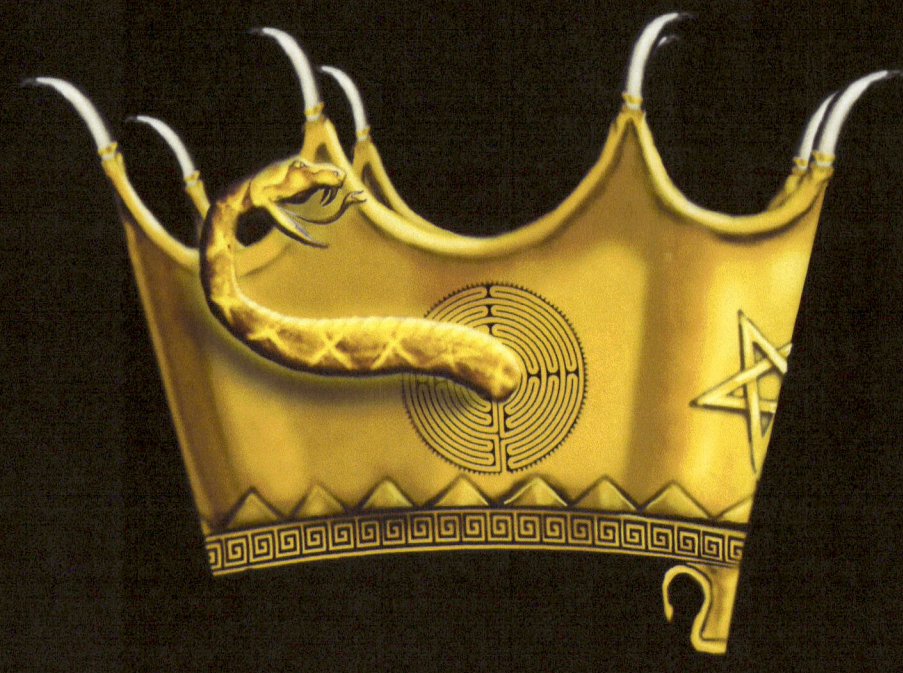

ಅಂತಿಮ ತೀರ್ಪು

ಮುನ್ನುಡಿ

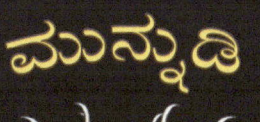

ಡಾಂಟೆ ಅಲಿಘೇರಿಯವರು ಅವರ ಮೇರುಕೃತಿ, ದ ಡಿವೈನ್ ಕಾಮಿಡಿಯನ್ನು, ೧೩೦೮ ಮತ್ತು ೧೩೨೧ ಮಧ್ಯೆ ಬರೆದರು. ಕಳೆದ ಏಳು ಶತಮಾನಗಳಿಂದ, ಹಲವು ಕಲಾವಿದರು ಇದನ್ನು ರೇಖಾಚಿತ್ರ ಮತ್ತು ವರ್ಣಚಿತ್ರಗಳ ಮೂಲಕ ಚಾಕ್ಷುಷವಾಗಿ ವಿವರಿಸಲು ಪ್ರಯತ್ನಿಸಿದ್ದಾರೆ. ಅವರಲ್ಲಿ ಸಾಂಡ್ರೋ ಬೊಟಿಸೆಲಿ, ವಿಲ್ಲಿಯಮ್ ಬ್ಲೇಕ್, ಜಿಯೊವನಿ ಸ್ಟ್ರಾಡೆನೊ, ಗುಸ್ಟಾವ್ ಡೊರೆ ಮತ್ತು ಮಹಾನ್ ಸಾಲ್ವೆಡೊರ್ ಡಾಲಿ ಕೆಲವರಾಗಿದ್ದಾರೆ. ಗುಸ್ಟಾವ್ ಡೊರೆ ಅತ್ಯಂತ ಪ್ರಸಿದ್ಧ ಕೃತಿಯನ್ನು ೧೮೬೧ ನಲ್ಲಿ ಪ್ರಕಟಿಸಿದರು. ಒಂದು ಶತಮಾನದ ನಂತರ ಸಾಲ್ವೆಡೊರ್ ಡಾಲಿ ಈ ಕ್ರತಿಗಳ ವ್ಯಾಖ್ಯಾನ ಅವರ ಅಮೂರ್ತ ಚಿತ್ರಗಳಲ್ಲಿ ಮೂಡಿಸಿದರು. ಆದರೆ, ಇಟೆಲಿಯ ಡಂಟೊಲೊಜಿಸ್ಟಗಳ ಪ್ರಕಾರ, ಸಾಂಡ್ರೋ ಬೊಟಿಸೆಲಿ, ಅದರ ಸರಿಯಾದ ವ್ಯಾಖ್ಯಾನ ೧೯೬೦ ನಲ್ಲಿ ಮಾಡಿದರು. ಈಗ ಒಂದು ಸಮಕಾಲೀನ ಕಲಾವಿದರು ಈ ಸವಾಲನ್ನು ಮತ್ತೆ ತೊತೆಗೆದುಕೊಂಡಿದ್ದಾರೆ......

ಡೀನೊ ಡೀ ಡುರಾಂಟೆ, ಒಬ್ಬ ಪರಿಕಲ್ಪನೆ ಕಲಾವಿದ, ಡಾಂಟೆಯ ನರಕವನ್ನು ಕ್ಯಾನ್ವಾಸ್ ಮೇಲೆ ಜೀವಕ್ಕೆ ತರುವ ಕೆಲಸವನ್ನು ಕೈಗೊಂಡಿದ್ದಾರೆ. ಅವರ ಗಮನ ಬರೀ ಡಾಂಟೆ ಅಲಿಘೇರಿಯ ನರಕದ ನಿಖರ ವ್ಯಾಖ್ಯಾನ ಅಷ್ಟೆ ಅಲ್ಲ, ದ ಡಿವೈನ್ ಕಾಮಿಡಿಯ ಬಗ್ಗೆ ಅಪರಿಚಿತರನ್ನು ಪ್ರಭಾವಿಸುವುದೂ ಹೌದು. ಇಲ್ಲಿ ಕಾಣುವ ಚಿತ್ರಗಳು ಡೊರೆಯ ಕಪ್ಪು-ಬಿಳಿ ಚಿತ್ರವೂ ಅಲ್ಲ, ನಂತರ ಬಂದ ಸಾಲ್ವೆಡೊರ್ ಡಾಲಿಯ ಅಮೂರ್ತ ಚಿತ್ರಗಳೂ ಅಲ್ಲ. ಬದಲಿಗೆ, ಡಿ ಡುರಾಂಟೆಯವರು ಎಂದೂ ಕಾಣದ ಶ್ರೀಮಂತ, ವರ್ಣರಂಜಿತ ಮತ್ತು ಚಿಂತೆಯುಳ್ಳ ಕರಕೌಶಲವನ್ನು ಪ್ರಕಟಿಸಿದ್ದಾರೆ. ಅವರ ನರಕದ ಆಳವಾದ ವ್ಯಾಖ್ಯಾನ ೭ ಶತಮಾನಗಳ ಹಿಂದೆ ಅನ್ಯರು ವರ್ಣಿಸಲು ಪ್ರಯತ್ನಿಸಿದ ಡಾಂಟೆ ಅಲಿಘೆರಿ ಬರೆದ ಪದಗಳ ಚಿತ್ರಣೆಯನ್ನು ಮೀರಿಸುತ್ತದೆ.

ಡಾಂಟೆಯ ನರಕದ ಡೀನೊ ಡೀ ಡುರಾಂಟೆಯ ಚಾಕ್ಷುಷಿಕ ಯಾತ್ರೆ ೨೦೦೭ ರಲ್ಲಿ ಒಂದು ವರ್ಣ ಚಿತ್ರದ ಪುಸ್ತಕ ಮಾಡುವ ಕಲ್ಪನೆಯಿಂದ ಶುರುವಾಗಿ, ನಂತರ ೨೦೧೯ ರಲ್ಲಿ ಮುಗಿಸಿದ ಈ ಕಲಾಚಿತ್ರಗಳ ಪುಸ್ತಕವಾಯಿತು. ಈ ದೀರ್ಘ ಕಾರ್ಯದ ಕಾರಣ ಏನೆಂದರೆ ಡೀ ಡುರಾಂಟೆಯವರು ಸಣ್ಣ ಸಣ್ಣ ವಿವರಗಳಿಗೂ ಸಮರ್ಪಣೆ, ಶೈಲಿ ಮತ್ತು ಏಕಾಗ್ರತೆ ಬಯಸುವ ಚಾಕ್ಷುಷಿಕ ಕಲಾವಿದ ಮತ್ತು ಕಲಾನಿರ್ದೇಶಕ. ಈ ವಿಸ್ತಾರವಾದ ಕಲಾ ಸಂಗ್ರಹದ ಭಾಗವನ್ನು ಒಂದು ಅನಿಮೇಷನ್ ಚಲನಚಿತ್ರದಲ್ಲಿ ಉಪಯೋಗಿಸಲಾಗಿದೆ, ಆಂಗ್ಲಭಾಷೆಯಲ್ಲಿ "ಡಾಂಟೆಸ್ ಹೆಲ್ ಅನಿಮೇಟೆಡ್" ಮತ್ತು ಇಟಲಿಯನ್‌ನಲ್ಲಿ "ಇನ್ಫರ್ನೋ ಡಾಂಟೆಸ್ಕೊ ಅನಿಮಾಟೊ". ಅವರ ಅಪೂರ್ವ ೭೦-ತುಂಡಿನ ಕಲಾಸಂಗ್ರಹ ೩೦ಕ್ಕಿಂತ ಹೆಚ್ಚು ಯುಎಸ್, ಇಟೆಲಿ ಮತ್ತು ದ ವ್ಯಾಟಿಕನ್ ಇಂದ ಬಂದಿರುವ ನಟರು, ಪ್ರಾಧ್ಯಾಪಕರು, ಮತ್ತು ಡಾಂಟೊಲೊಜಿಸ್ಟಸ್ ಪಾಲ್ಗೊಂಡಿರುವ "ಇನ್ಫರ್ನೋ ಬೈ ಡಾಂಟೆ" ಎನ್ನುವ ಚಲನಚಿತ್ರ.

ಡಿ ಡುರಾಂಟೆಯವರಿಂದ ಪ್ರೇರಿತ ಡಾಂಟೆಯ ಮಹಾಕಾವ್ಯದ ಚಿತ್ರಣ ಮತ್ತು ಪ್ರತಿನಿಧ್ಯ ಈ ಚಲನಚಿತ್ರದಲ್ಲಿ ಜೀವಗೊಂಡಿವೆ. ಪ್ರೇಕ್ಷಕರು ಡಾಂಟೆ ಮತ್ತು ವರ್ಜಿಲ್ ನ ಜೊತೆ ನರಕದ ಹಲವು ಪಂಕ್ತಿಗಳ ಯಾತ್ರೆ ಮಾಡುತ್ತಾರೆ ಮತ್ತು ಪಾಪಿಗಳ ಶಿಕ್ಷೆಗಳ ಡಾಂಟೆಯ ವ್ಯಂಗ್ಯವಾದ ವರ್ಣನೆಯ ಅದ್ಭುತ ಚಿತ್ರವನ್ನು ನೋಡುತ್ತಾರೆ. ಚೇತನ ಪಾತ್ರಗಳ ಜೊತೆ ನಮಗೆ ಈ ಶಾಶ್ವತವಾಗಿ ಶಾಪಗ್ರಸ್ತ ಲೋಕದ ಅಂಧಕಾರಮಯ ಯಾತ್ರೆ ಮಾಡಲು ಅವಕಾಶವಿದೆ. ಈಗ ಮೇಲೆ ವಿವರಿಸಿದ ಎಲ್ಲಾ ಚಲನಚಿತ್ರದಲ್ಲಿ ರೂಪಿಸಿರುವ ಡಿ ಡುರಾಂಟೆಯ ಮನಮೋಹಕ ಕಲೆ ಈ ಪುಸ್ತಕದಲ್ಲಿದೆ.

ಡೀನೊ ಡಿ ಡುರಾಂಟೆಯವರು ತಮ್ಮ ಎಲ್ಲಾ ಪ್ರಯತ್ನವನ್ನು ಡಾಂಟೆ ಅಲಿಘೇರಿಯವರ ದ ಡಿವೈನ್ ಕಾಮಿಡಿಯ ಮೊದಲನೇ ಭಾಗದ ಸಂಪೂರ್ಣ ಜೀವಂತ ಚಿತ್ರಣಕ್ಕೆ ಹಾಕಿದ್ದಾರೆ. ಅವರು ಮಾಡಿರುವ ಹಲವು ಚಲನಚಿತ್ರಗಳು, ಮತ್ತು ನಿಮ್ಮ ಕೈಯಲ್ಲಿರುವ ಈ ಪುಸ್ತಕದಿಂದ, ಯಾರೂ ಇದನ್ನ ಪ್ರೀತಿಯ ಫಲ ಎಂದು ಅಲ್ಲಗಳೆಯಲಾರರು.

ಪುಟವನ್ನು ತಿರಿಗಿಸಿ ಮತ್ತು ಆನಂದಿಸಿ!

ಆರ್ಮಂಡ್ ಮಾಸ್ಟ್ರೊಯಾನಿ
ಚಲನಚಿತ್ರ ನಿರ್ದೇಶಕ/ನಿರ್ಮಾಪಕ

Dino Di Durante

ಪ್ರಸ್ತಾವನೆ

ನಾನು ಆರನೇ ವಯಸ್ಸಿನ್ನಲ್ಲೇ ವಾಟರ್ಕಲರ್ನಿಂದ ವರ್ಣಚಿತ್ರಣೆ ಶುರು ಮಾಡಿ ಬೇಗನೆ ಟೆಂಪೆರಗೆ ಬದಲಾಯಿಸಿದೆ ಎಕೆಂದರೆ ನನಗೆ ಈ ಪೈಂಟ್ ಕೊಡುವ ನಿಯಂತ್ರಣ ಹಿಡಿಸಿತು. ನನಗೆ ಮರದ ಚೂರು ಉಚಿತವಾಗಿ ಸಿಗುವುದರಿಂದ ನಾನು ಅದರ ಮೇಲೆ ಡಿಸ್ನೀ ಪಾತ್ರಗಳನ್ನು ಚಿತ್ರಿಸುತ್ತಿದ್ದೆ. ಕೆಲವು ವರ್ಷಗಳ ನಂತರ, ನಾನು ಚಿತ್ರಕಲೆಯನ್ನು ಬಿಟ್ಟು ಸಂಗೀತ, ಛಾಯಾಗ್ರಹಣ, ಇತರ ಮಾಡಿದೆ. ಕಾಲೇಜ್ ಮುಗಿದ ಮೇಲೆ ನಾನು ಮತ್ತೆ ಕುಂಚವನ್ನು ಹಿಡಿದು, ಈ ಬಾರಿ ಎಕ್ರಿಲಿಕ್ ಪೈಂಟ್ ಬಳಸಿದೆ, ಮತ್ತು ಸ್ವತಂತ್ರ ಶೈಲಿಯಲ್ಲಿ, ಅಥವಾ ಅಮೂರ್ತ ಚಿತ್ರಕಲೆಗೆ ಬದಲಾದೆ.

ದ ಡಿವೈನ್ ಕಾಮಿಡಿ ನನ್ನ ಪರಿವಾರ ಸಾಮಾನ್ಯವಾಗಿ ಚರ್ಚಿಸುವ ಪುಸ್ತಕವಾಗಿತ್ತು. ನಾನು ಕ್ಯಾಲಿಫೋರ್ನಿಯ ವಿಶ್ವವಿದ್ಯಾಲಯ, ಲೋಸ್ ಎಂಜಲಿಸ್(ಯುಸಿಎಲ್ಎ)ನಲ್ಲಿ ಎಂಜಿನೀಯರಿಂಗ್ ಓದುವಾಗ, ಕಾಲೇಜಿನಲ್ಲಿ ಅದನ್ನು "ಓದುವ" ಅವಕಾಶಕ್ಕೆ ಕಾದಿದ್ದೆ. ನಾನು ವಿಜ್ಞಾನದಲ್ಲಿ ಮೆಜರ್ ಮಾಡಿ ಇಟಲಿಯ ಸಾಹಿತ್ಯದಲ್ಲಿ ಮೈನರ್ ಮಾಡಿ ಮುಗಿಸಿದೆ. ಆದರೂ, ನಾನು ಮೊದಲು ಯುಸಿಎಲ್ಎ ಗೆ ಬಂದಾಗ, ಎಂಜಿನೀಯರಿಂಗ್ ಪಾಠಗಳು ತೆಗೆದುಕೊಳ್ಳಲಿಲ್ಲ. ಬದಲಾಗಿ ನಾನು ಡಿವೈನ್ ಕಾಮಿಡಿ ಓದಲು ದಾಖಲಾಗಲು ಬೇಕಿದ್ದ ಆವಶ್ಯಕತೆಗಳನ್ನು ಪೂರೈಸಲು ಹೋದೆ, ಮತ್ತು ನಂತರ ಡಾಂಟೆ ಅಲಿಘೆರಿಯವರ ಸಂಪೂರ್ಣ ಕೃತಿಗಳೂ ಕೂಡ. ಇದು ನನ್ನ ಕಾಲೇಜಿನ ಅತ್ಯಂತ ತೃಪ್ತಿಕರ ಅನುಭವ ಆಗಿತ್ತು. ದ ಡಿವೈನ್ ಕಾಮಿಡಿ ನನ್ನ ಬಾಳನ್ನು ಎಷ್ಟೋ ರೀತಿಯಲ್ಲಿ ಬದಲಾಯಿಸಿತು. ಡಾಂಟೆಯ ನೇತ್ರತ್ವದಲ್ಲಿ ಮರಣಾಂತರಕ್ಕೆ ಹೋಗಿ ನಾನು ವಿಸ್ಮಿತನಾದೆ. ಆದರೆ, ಗುಸ್ತಾವ್ ಡೊರೆಯ ಚಿತ್ರಣವನ್ನು ಸಹಾಯವಾಗಿಟ್ಟುಕೊಂಡಾಗ ನನಗೆ ತುಂಬ ತೊಂದರೆಯಾಯಿತು, ಕೆಲವೊಮ್ಮೆ ಗೊಂದಲವೂ ಆಯಿತು. ನನಗೆ ಗ್ರಂಥಾಲಯದಲ್ಲೂ ಬೇರೆ ಏನೂ ಸಿಗಲಿಲ್ಲ, ಮತ್ತು ಅವಾಗ ಇಂಟರ್ನೆಟ್ ಇರಲಿಲ್ಲ.

ಹಲವು ವರ್ಷಗಳ ನಂತರ, ನಾನು ಡಾಂಟೆಯ ಇನ್ಫರ್ನೋದ ಬಗ್ಗೆ ಒಂದು ಚಿತ್ರ ಪತ್ರಿಕೆ ನಿರೂಪಿಸಿದೆ. ಈ ಪ್ರಕ್ರಿಯೆಯಲ್ಲಿ ನನಗೆ ಇದೇ ವಿಷಯದ ಮೇಲೆ ಒಂದು ಚಲನಚಿತ್ರದಲ್ಲಿ ಕೆಲಸ ಮಾಡಲು ಅವಕಾಶ ಸಿಕ್ಕಿತು, ಚಿತ್ರದ ಹೆಸರು ಇನ್ಫರ್ನೋ ಬೈ ಡಾಂಟೆ ಆಗಿತ್ತು. ನಾನು ಸಂಶೋಧನೆ ಮಾಡಿದಾಗ, ಸಾರ್ವಜನಿಕ ಭೂಮಿಕೆಯಲ್ಲಿ ಇದನ್ನು ಮಾಡಲು ಬೇಕಾದ ದೃಶ್ಯಕಲೆ ಇರಲಿಲ್ಲ ಎಂದು ನನಗೆ ತಿಳಿಯಿತು. ನನ್ನ ಪಥವನ್ನು ಬದಲಾಯಿಸಿ, ಪತ್ರಿಕೆಯನ್ನು ನಿಲ್ಲಿಸಿ, ನರಕದ ಹೊಸ ಯಾತ್ರೆ, ವೃತ್ತದ ನಂತರ ವೃತ್ತ ಮೊದಲಿಂದ (ಅಂಧಕಾರದ ಅರಣ್ಯ) ಕೊನೆಯವರಿಗೂ(ಪಾವನ ನಕ್ಷತ್ರಗಳು)ಕೈಗೊಂಡೆ.

ಸಾಂಡ್ರೋ ಬೊಟಿಸೆಲಿ, ದ ಡಿವೈನ್ ಕಾಮಿಡಿಯನ್ನು ೧೪೮೦ ರಲ್ಲಿ ಪರಿಪೂರ್ಣವಾಗಿ ವ್ಯಾಖ್ಯಾನ ಮಾಡಿದವರು, ಡಾಂಟೊಲೊಜಿಸ್ಟ ರಿಕಾರ್ಡೋ ಪ್ರಟಿಸಿ ನನ್ನ ನಿಖರವಿಲ್ಲದ ಕೃತಿಯನ್ನು ಗಮನಿಸಿದಾಗ, ಉಪಾಯವಿಲ್ಲದೆ ನನ್ನ ಮಾರ್ಗದರ್ಶಕರಾದರು. ನಾನು ಮಾಡಿದ ಹಲವು ತಪ್ಪುಗಳನ್ನು ಅವರು ನನ್ನ ಗಮನಕ್ಕೆ ತಂದರು, ಅವನ್ನು ಸರಿ ಮಾಡಿ ನಾನು ಡಾಂಟೆಯ ನರಕದ ಒಂದು ಗಂಭೀರ ವ್ಯಾಖ್ಯಾನವನ್ನು, ಚಲನಚಿತ್ರದಲ್ಲಿ ಮತ್ತು ಪುಸ್ತಕದಲ್ಲಿ ಮಾಡಲು ಸಾಧ್ಯವಾಯಿತು. ರಿಕಾರ್ಡೋ ನನಗೆ ಉಚಿತವಾಗಿ ಸಲಹೆಗಾರನಾಗಿ ಸ್ವತಃ ಬಂದಾಗ, ನಾನು ಕುತೂಹಲದಿಂದ, ನನ್ನಷ್ಟೇ ಡಾಂಟೆಯನ್ನು ಪೂಜಿಸಿದವರ ಜೊತೆ ಹೋದೆ. ರಿಕಾರ್ಡೋ ನನ್ನ ತಂಡ ಸೇರುವ ಮುನ್ನ, ನಾನು ಆಗಲೇ ಅವೆಟಿಕ್ ಬಲ್ಯಿಯನ್ ಜೊತೆ ಕೆಲಸ ಮಾಡುತ್ತಿದ್ದೆ, ಇವರು ನನಗೆ ಪ್ರಪಂಚದಲ್ಲಿ ಎಂದು ಕಾಣದ ಅದ್ಭುತ ಕಲಾಸಂಗ್ರಹದ ದೃಶ್ಯಗಳನ್ನು ನಿರೂಪಿಸಲು ಮತ್ತು ಅವನ್ನು ಸರಿಪಡಿಸಲು ಸಹಕರಿಸಿದರು. ರಿಕಾರ್ಡೋ ಮತ್ತು ಅವೆಟಿಕ್, ಇವರಿಬ್ಬರಿಂದ ಮತ್ತು ಸಾಂಡ್ರೋ ಬೊಟಿಸೆಲಿಯ ಚಿತ್ರಗಳಿಂದ ಎಲ್ಲಾ ವಿವರಗಳು, ಶ್ರೀಮಂತ ವರ್ಣಗಳು, ಮತ್ತು ನಿಖರ ಚಿತ್ರಣ ಪಡೆದೆ.

Dino Di Durante

ಸ್ವೀಕೃತಿ

ನನ್ನ ಕೃತಜ್ಞತೆಗಳನ್ನು 'ಸಲ್ಲಿಸಬೇಕಾಗಿರುವವರು ಅನೇಕರಿದ್ದಾರೆ, ಅದಕ್ಕೆ ಈ ಪುಟ ಸಾಲೋದಿಲ್ಲ, ಗಾತ್ರದಲ್ಲೇ ಅಲ್ಲ ಆದರೆ ಪದಗಳಲ್ಲೂ ಕೂಡ.

ದ ಡಿವೈನ್ ಕಾಮಿಡಿಯನ್ನು ಜಗಕ್ಕೆ ತಿಳಿಸಲು ನನಗೆ ಈ ಅನನ್ಯವಾದ ನಿಯೋಗ ಕೊಟ್ಟ ಭಗವಂತನಿಗೆ ನನ್ನ ಮೊದಲ ಕೃತಜ್ಞತೆಗಳು.

ಡಾಂಟೆ ಅಲಿಘೇರಿಯವರಿಗೆ, ಯಾರು ನನ್ನನು ಎಬ್ಬಿಸಿ ನಿಜ ಪ್ರಪಂಚವನ್ನು, ನನ್ನನು ನಾನೇ ಅನ್ವೇಷಿಸಲು ಪಥವನ್ನು ಮತ್ತು ನನಗೆ ನನ್ನ ನಿಯೋಗವನ್ನು ಗುರುತಿಸಿಕೊಳ್ಳಲು ದರ್ಶಿಸಿದರು.

ನನ್ನ ಪ್ರೀತಿಯ ಲುಸಿಯಾಗೆ, ನನ್ನ ಕೃತಿಯು ಸಮರ್ಪಣೆಯೊಂದೇ ಅಲ್ಲ, ಅವಳ ಬೇಷರತ್ತಾದ ಪ್ರೀತಿಗಾಗಿ, ಬೆಂಬಲಕ್ಕಾಗಿ ಮತ್ತು ಜೀವನದಲ್ಲಿ ಕೊಟ್ಟ ಜ್ಞಾನಕ್ಕಾಗಿ ನಾನು ಧನ್ಯವಾದಗಳು ಕೋರುವೆ.

ನನ್ನ ತಾಯಿಗೆ, ಆರನೇ ವಯಸ್ಸಿನಲ್ಲಿ ಚಿತ್ರಕಲೆ ಶುರುಮಾಡಿದಾಗಿಂದ ಅವರ ಬೇಷರತ್ತಾದ ಪ್ರೀತಿ ಮತ್ತು ಬೆಂಬಲಕ್ಕೆ.

ಕಾರ್ಲೋಸ್ ಗೆ, ನನ್ನ ಬದುಕಿನ ಗುರಿಯನ್ನು ಪಡೆಯಲು ಆರಂಭದಲ್ಲಿ ದಾರಿ ಸಜ್ಜಿಸಿದ್ದಕ್ಕೆ.

ರಿಕಾರ್ಡೋ ಪ್ರಟಿಸಿಗೆ, ನಿರ್ದಿಷ್ಟವಾಗಿ, ಅವರಿಲ್ಲದೆ ಡಾಂಟೆಯ ನರಕದ ಈ ಚಾಕ್ಷುಷಿಕ ಚಿತ್ರಣೆ ನಿಖರವಾಗಿರುತ್ತಿರಲಿಲ್ಲ.

ಚಲನಚಿತ್ರದ ನಿರ್ದೇಶಕ ಮತ್ತು ನಿರ್ಮಾಪಕ ಆರ್ಮಂಡ್ ಮಾಸ್ಟ್ರೋಯಾನಿಗೆ, ಈ ಪುಸ್ತಕದ ಮುನ್ನುಡಿ ಬರೆದಿದ್ದಷ್ಟೇ ಅಲ್ಲ, ಆದರೆ ಯಾವಾಗಲೂ ನನಗೆ ಸಲಹೆ ನೀಡಿದ್ದಕ್ಕೆ.

ಪ್ರೊಫೆಸ್ಸರ್ ಮಸಿಮೋ ಸಿಯೋಮ್ಲೋಲೆಲಾಗೆ, ನನ್ನ ಕೃತಿಗಳ ಹಳೆಯ ಅಭಿಮಾನಿ, ಯುಸಿಎಲ್ಎ (ಕ್ಯಾಲಿಫೋರ್ನಿಯಾ ವಿಶ್ವವಿದ್ಯಾಲಯ, ಲೋಸ್ ಎಂಜಲಿಸ್) ನಲ್ಲಿರುವ ಇಟಲಿಯನ್ ವಿಭಾಗದ ದ್ವಾರಗಳನ್ನು ಯಾವಾಗಲು ತೆರೆದಿಟ್ಟದ್ದಕ್ಕೆ. ಹಾಗೂ, ನನ್ನ ಕೃತಿಯ ಒಂದು ಭಾಗವನ್ನು ರೋಮ್ ವಿಶ್ವ ವಿದ್ಯಾಲಯ "ಲಾ ಸಾಪಿಯೆಂಜಾ", ರೋಮ್, ಇಟಲಿನಲ್ಲಿ ಪ್ರಸ್ತುತಿಸಿದ್ದಕ್ಕೆ.

ಪಾಬ್ಲೊ ಎಚುಗರಿಗೆ ನನ್ನ ಕಾರ್ಯದಲ್ಲಿ ನಂಬಿಕೆ ಇಟ್ಟದ್ದಕ್ಕೆ, ಅವರ ಶ್ರೀಮಂತ ಬೇಸಿಗೆ ರೆಸಾರ್ಟ ಪುಂಟಾ ಡಿಲ್ ಎಸ್ಟೆ - ಉರುಗ್ವೇನಲ್ಲಿರುವ ಪ್ರತಿಷ್ಠಿತ ಸಂಸ್ಥೆಯ ದ್ವಾರಗಳನ್ನು ತೆರೆದು, ನನ್ನ ನರಕ ಕಲಾಸಂಗ್ರಹದ ೩೦ ಚಿತ್ರಗಳನ್ನು ೨೦೧೧ ರ ಆರಂಭದಲ್ಲಿ ಪರಿಚಯಿಸಲು ಅವಕಾಶ ಮಾಡಿಕೊಟ್ಟದ್ದಕ್ಕೆ.

ನನ್ನ ಪ್ರೀತಿಯ ಗೆಳೆಯ ಜೆಫ್ ಕೊನವೆಗೆ, ಹಳೆಯ ಅಭಿಮಾನಿ ಮತ್ತು ನನ್ನ ಈ ದೀರ್ಘ ಮತ್ತು ಕಠಿಣ ಕೆಲಸದಲ್ಲಿ ಪ್ರೋತ್ಸಾಹಿಸಿದ್ದಕ್ಕೆ.

ಈ ಪುಸ್ತಕವನ್ನು ಒಪ್ಪಿದ ಎಲ್ಲಾ ವೃತ್ತಿಪರರಿಗೆ, ಮತ್ತು ಬೇರೆಯವರಿಗೆ ನನ್ನ ಕೃತಿಗಳ ಬಗ್ಗೆ ತಿಳಿಯಲು ಪ್ರೊತ್ಸಾಹಿಸಿದ್ದಕ್ಕೆ

ಈ ಪುಸ್ತಕವನ್ನು ಕನ್ನಡಕ್ಕೆ ಅನುವಾದ ಮಾಡಿದ ಪ್ರಗ್ನ್ಯಶರ್ಮರಿಗೆ

ಈ ಪುಸ್ತಕದ ಕನ್ನಡ ವ್ಯಾಕರಣ ತಿದ್ದುಪಡಿ ಮಾಡಿದ ಅನ್ನಪೂರ್ಣೇಶ್ವರಿ.ಕೆ ಅವರಿಗೆ

ಕೊನೆಗೆ, ನನ್ನ ಕೃತಜ್ಞತೆಗಳು ನನ್ನ ಎಲ್ಲಾ ಸಹಕಾರಿಗಳಿಗೆ ಅಷ್ಟೇ ಅಲ್ಲ, ನನ್ನ ಯಾತ್ರೆಯಲ್ಲಿ ಭಾಗವಹಿಸಿರುವ ಎಲ್ಲರಿಗೂ ಕೂಡ.

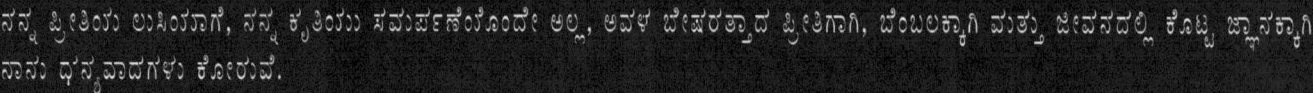

Dino Di Durante

ಪರಿಚಯ

ಡಾಂಟೆಯ ನರಕದ ಕಲಾ ಸಂಗ್ರಹ ಪಾಬ್ಲೊ ಎಚುಗೆರಿಯ ಶ್ರೀಮಂತ ಬೇಸಿಗೆ ರೆಸಾರ್ಟ ಪುಂಟಾ ಡಿಲ್ ಎಸ್ಟೆ - ಉರುಗ್ವೇ ನಲ್ಲಿ ಜನವರಿ ೧೨ ರಿಂದ ಫೆಬ್ರವರಿ ೨೮ ವರೆಗೂ ಪ್ರಗತಿಯಲ್ಲಿರುವ ಕೃತಿಯಾಗಿ ಮೊದಲ ಸಲ ಪ್ರದರ್ಶಿಸಲಾಗಿತ್ತು. ಆವಾಗ, ಈ ಸಂಗ್ರಹವು ಪೂರ್ಣಗೊಂಡಿರಲಿಲ್ಲ ಮತ್ತು ೫೦ ಪುಟಗಳು ಮಾತ್ರ ಪ್ರದರ್ಶಿಸಲಾಗಿತ್ತು.

ಕೆಲವು ವರ್ಷಗಳ ನಂತರ ನಾನು ಸುಮಾರು ಮುಗಿಸಿದ ಕೃತಿಯನ್ನು ಸೇನ್ ಡಿಯೆಗೊನಲ್ಲಿರುವ ಕೊಮಿಕ್ ಕೊನ್ ನಲ್ಲಿ ಪರಿಚಯಿಸಿದೆ. ಡಾಂಟೆಯ ಇನ್ಫರ್ನೋದ ಸಂಪೂರ್ಣ ೭೨-ಪುಟಗಳ ಕಲಾ ಸಂಗ್ರಹ ಮುಗಿಸಲು ಏಳು ವರ್ಷಗಳಾಗಿದೆ, ೨೦೦೭ ಯಿಂದ ೨೦೧೪ ವರೆಗು. ಪ್ರತೀ ಚಿತ್ರಣದಲ್ಲಿ ೫೦ಕ್ಕಿಂತ ಹೆಚ್ಚು ಆವೃತ್ತಿಗಳಿವೆ, ಕೆಲವಕ್ಕೆ ೧೦೦ಕ್ಕಿಂತ ಹೆಚ್ಚು, ಆದರೆ ಕೊನೆಯಲ್ಲಿ ಒಂದೇ ಚಿತ್ರ.

ಈ ಪುಸ್ತಕದಲ್ಲಿರುವ ಪ್ರತ್ಯೊಂದು ಚಿತ್ರಕ್ಕೆ, ಪುಟದ ಅಂತ್ಯದಲ್ಲಿ, ಒಂದು ಸಂಕ್ಷಿಪ್ತ ವರ್ಣನೆ ಇದೆ ಆದ್ದರಿಂದ ನಿಮಗೆ ಕಥೆ ಅರ್ಥವಾಗುತ್ತದೆ. ಜೊತೆಗೆ, ಪ್ರತೀ ಚಿತ್ರದ ಕೆಳಗೆ ಮುದ್ರಿತವಾಗಿರುವ ಕ್ಯೂಆರ್ ಸಂಖ್ಯೆಯನ್ನು, ನಿಮ್ಮ ಸ್ಮಾರ್ಟ್ ಫೋನ್ ಅಥವಾ ಟೆಬ್ಲೆಟ್ ನಲ್ಲಿ ಸ್ಕೆನ್ ಮಾಡಿ, ಈ ಸಂಕೀರ್ಣ ಕಥೆಯ ಲಾಭ ಇನ್ನು ಪಡೆಯಬಹುದು. ನೀವು ಹಳದೀ ಕ್ಯೂಆರ್ ಸಂಖ್ಯೆಯನ್ನು ಸ್ಕೆನ್ ಮಾಡಿದರೆ, ಅದು ನಿಮಗೆ ಆ ಪದ್ಯವನ್ನು ನಮ್ಮ ಆನ್ಲೈನ್ ಉಚಿತ ಈಬುಕ್ ನಲ್ಲಿ ಓದಲು ಬಿಡುತ್ತದೆ. ನೀವು ಬೆಳ್ಳಿ ಕ್ಯೂಆರ್ ಸಂಖ್ಯೆಯನ್ನು ಸ್ಕೆನ್ ಮಾಡಿದರೆ, ನಿಮಗೆ ಆ ಚಿತ್ರವನ್ನು ಬೇರೆ ಬೇರೆ ಗಾತ್ರ ಮತ್ತು ವಿಧಾನಗಳಲ್ಲಿ ಖರೀದಿ ಮಾಡುವ ಆಯ್ಕೆಯನ್ನು ಕೊಡುತ್ತದೆ.

ಈ ಸಂಕೀರ್ಣ ಮತ್ತು ಜ್ಞಾನಮಯ ಕಥೆಯನ್ನು ನಿಮಗೆ ಸರಳವಾಗಿ ಅರ್ಥ ಮಾಡಿಸಲು ನಾನು ತುಂಬ ಶ್ರಮ ಪಟ್ಟಿದ್ದೇನೆ. ಈ ಕಾರ್ಯವನ್ನು ಮಾಡಲು, ನಾನು ನನ್ನನ್ನು ನರಕದಲ್ಲಿ ಸ್ಥಾಪಿಸಿ ೩೬೦ ದಿಡಿಗ್ರಿಯನ್ನು ವೀಕ್ಷಿಸಿ, ನೀವು ಈಗ ನೋಡುವ ಕಲಾಸಂಗ್ರಹವನ್ನು ಕಲ್ಪಿಸಿದ್ದೇನೆ. ಈಗ, ನಿಮಗೆ ನನ್ನ ಯಶಸ್ಸಿನ ವಿವೇಚನೆ ಮಾಡುವ ಅವಕಾಶವಿದೆ ಮತ್ತು ನಾನು ಈ ಗುರಿ ಸಾಧಿಸಿದ್ದೇನೆಯೇ ಎಂದು ನನಗೆ ತಿಳಿಸಿ.

ಡಾಂಟೆ ಅಲಿಘೆರಿ ಅವರ ಅಪೂರ್ವ ಸಾಹಿತ್ಯ, ದ ಡಿವೈನ್ ಕಾಮಿಡಿ, ನಮಗೆ ನಮ್ಮ ಜೀವನದ -ಭೂತ, ವರ್ತಮಾನ ಮತ್ತು ಭವಿಷ್ಯದ ಬಗ್ಗೆ ತಿಳಿಸಲು ಬರೆದರು. ಈ ದೀರ್ಘ ಮತ್ತು ಜ್ಞಾನಮಯ ಯಾತ್ರೆಯ ಕೊನೆಗೆ ಬರುತ್ತಿರುವಾಗ, ನನ್ನ ಕೃತಿ ಡಾಂಟೆಗೆ ನ್ಯಾಯ ದೊರಕಿಸಿದೆ ಮತ್ತು ಅವನ ಸಂದೇಶವನ್ನು ತಲುಪಿಸಿದೆ, ಮತ್ತು ನಿಮ್ಮ ಬಾಳಿನ ಗುರಿಯನ್ನು ಮುಟ್ಟಲು ಸಹಕರಿಸುತ್ತದೆ ಎಂದು ಆಶಿಸುತ್ತೇನೆ.

ದೇವರು ಒಳ್ಳೆಯದನ್ನು ಮಾಡಲಿ!

Dino Di Durante

೧೩೦೦ ಎ.ಸಿ. – ಕುಮಾ, ಇಟಲಿ

ಕತ್ತಲಾದ ಕಾಡಿನಲ್ಲಿ ತಾನು ಕಳೆದು ಹೋಗಿದ್ದೇನೆಂದು ಸ್ವತಃ ಡಾಂಟೆ ಮತ್ತೆ ಕಂಡುಕೊಳ್ಳುತ್ತಾನೆ

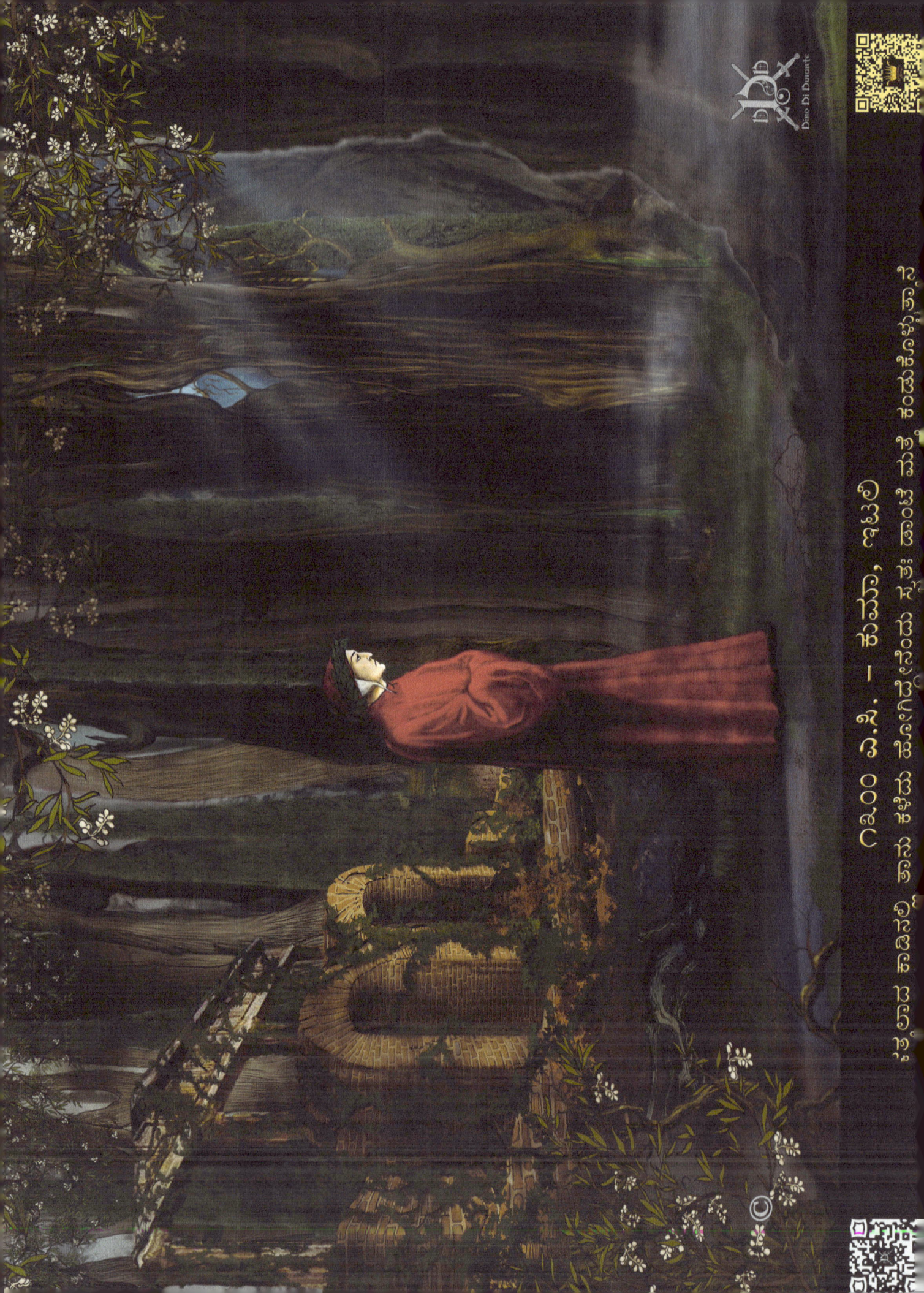

ಮೊದಲನೆ ಕಾಡುಪ್ರಾಣಿ

ಡಾಂಟೆಯ ದಾರಿಯನ್ನು ಒಂದು ಹೆಬ್ಬೆಕ್ಕು ಅಡ್ಡಗಟ್ಟುತ್ತದೆ

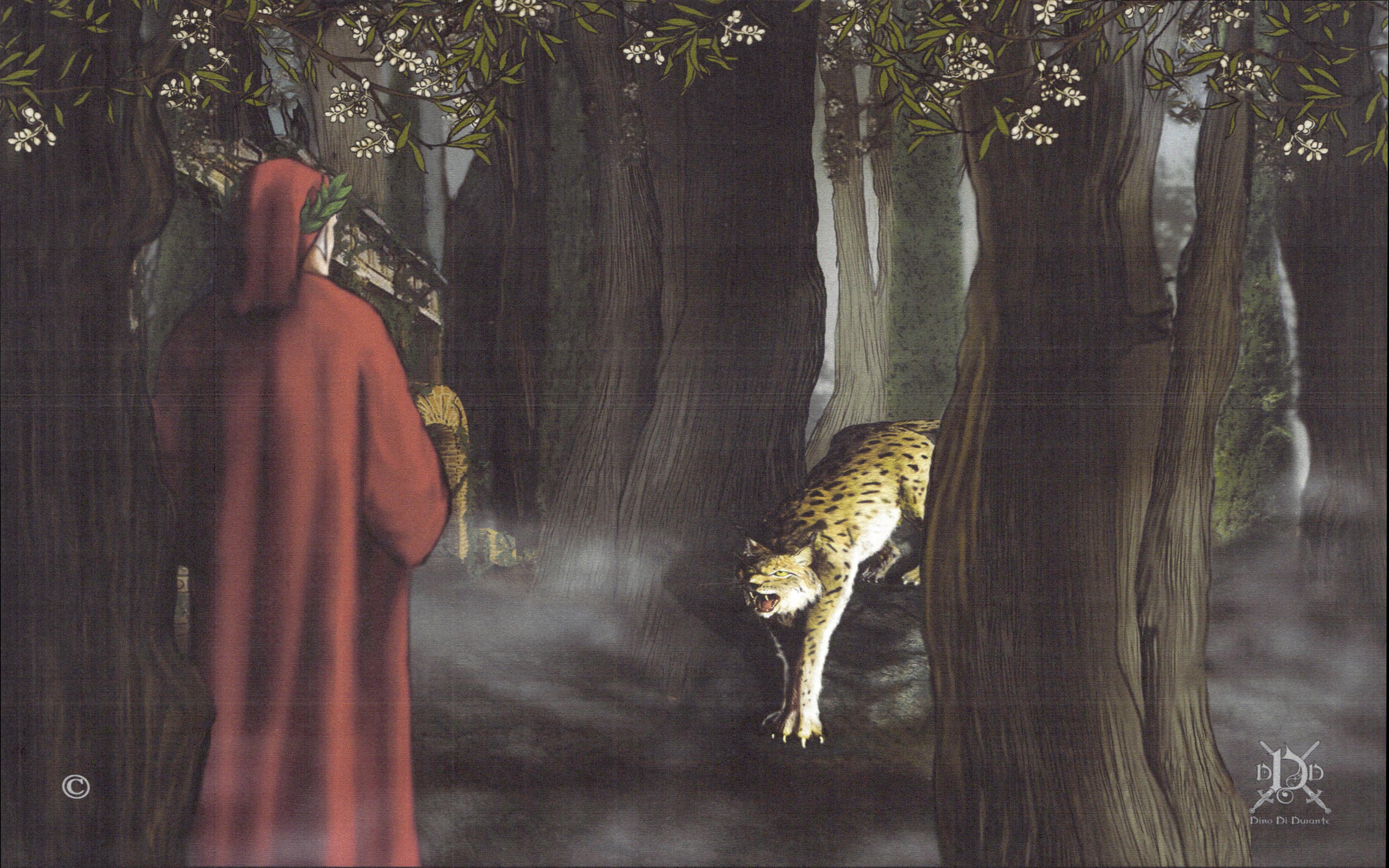

ಎರೆಡನೆ ಕಾಡುಪ್ರಾಣಿ

ಡಾಂಟೆಯ ದಾರಿಯನ್ನು ಒಂದು ಸಿಂಹವು ಅಡ್ಡಗಟ್ಟುತ್ತದೆ

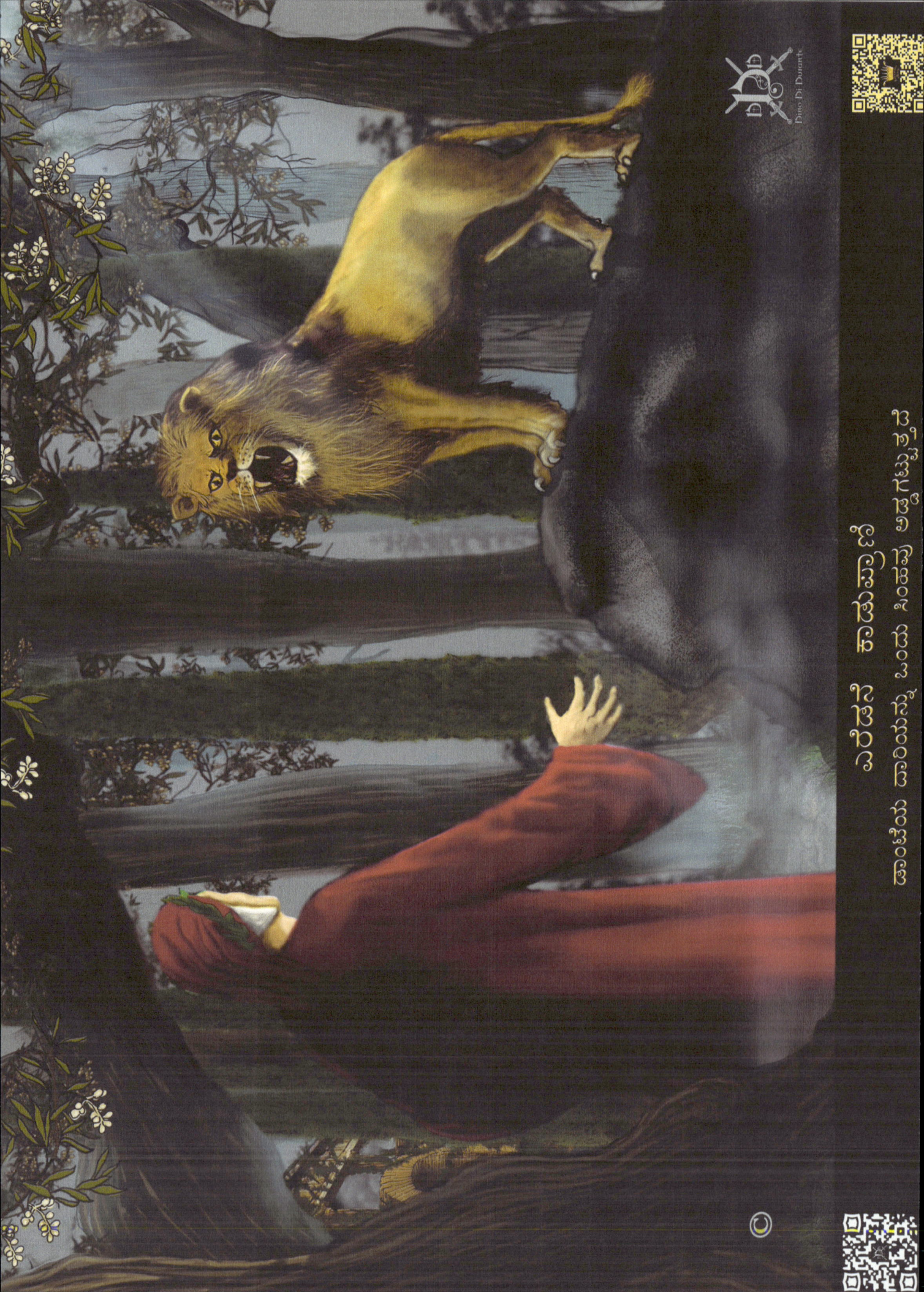

ಮೂರನೆ ಕಾಡುಪ್ರಾಣಿ

ಡಾಂಟೆಯ ದಾರಿಯನ್ನು ಒಂದು ಹೆಣ್ಣು ತೋಳ ಅಡ್ಡಗಟ್ಟುತ್ತದೆ

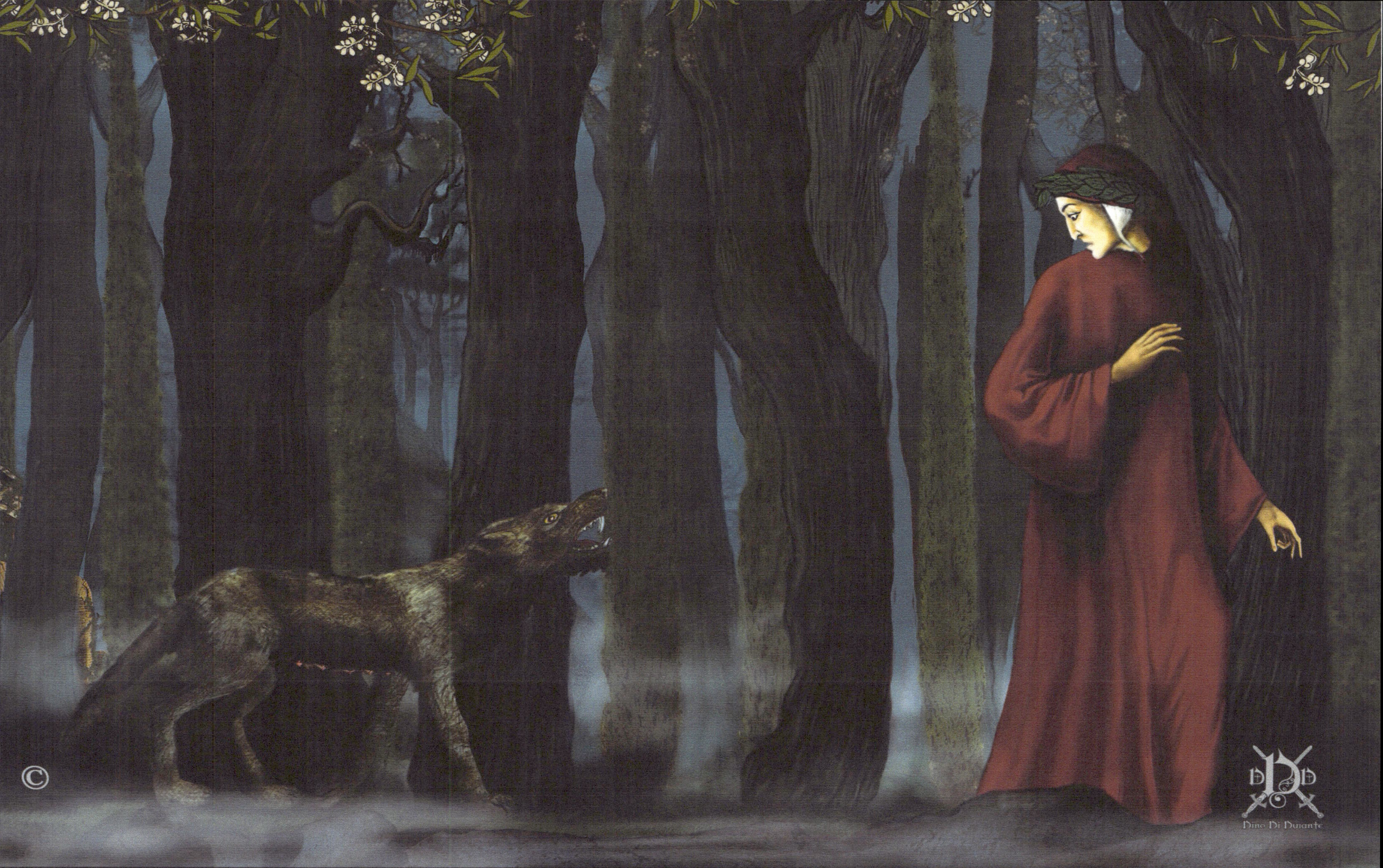

ವರ್ಜಿಲ್ ಪ್ರಕಟವಾಗುತ್ತಾನೆ

ವರ್ಜಿಲ್ ಡಾಂಟೆಯನ್ನು ಹಸಿದ ಹೆಣ್ಣು ತೋಳದಿಂದ ರಕ್ಷಿಸುತ್ತಾನೆ

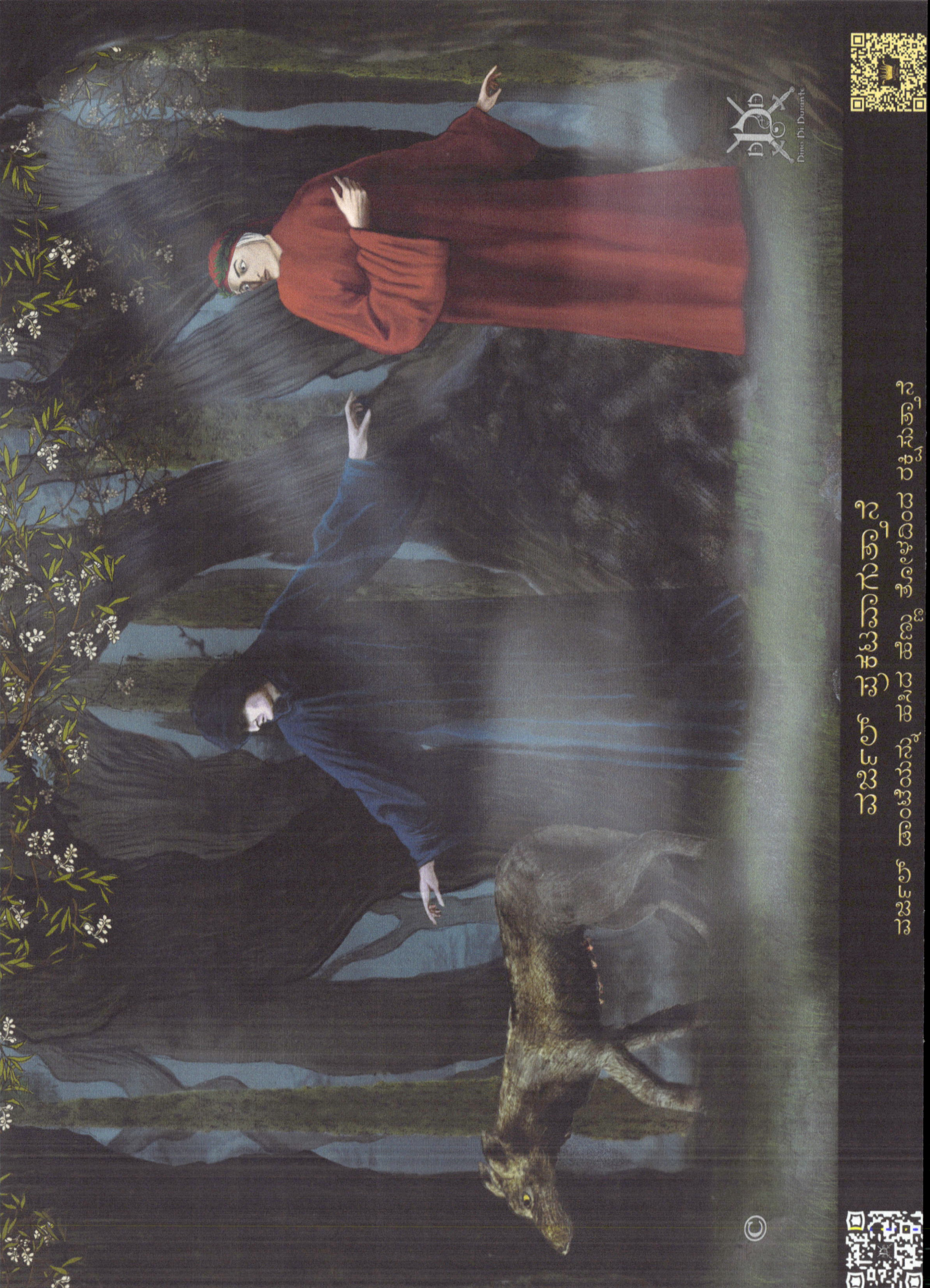

ಡಾಂಟೆ ವರ್ಜಿಲ್ ನನ್ನು ತಬ್ಬಿಕೊಳ್ಳುತ್ತಾನೆ
ಡಾಂಟೆ ಅವನ ವೀರ ತೋರಿಕೆಯಿಂದ ಆಶ್ಚರ್ಯಚಕಿತನಾಗುತ್ತಾನೆ

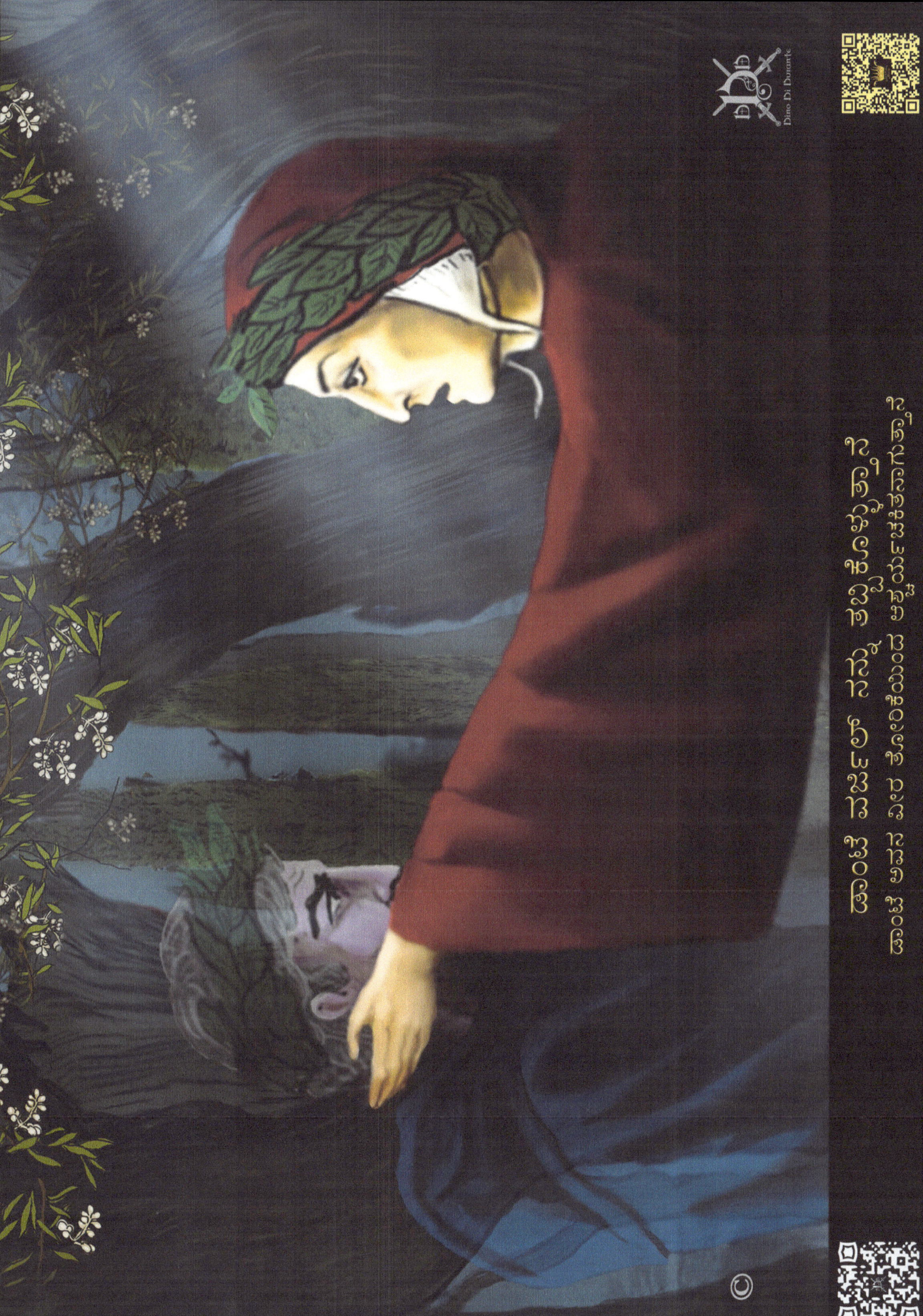

ಬೀಟ್ ರೈಸ್ ಸೆರೆಮನೆಗೆ ಸ್ವರ್ಗದಿಂದ ಇಳಿಯುತ್ತಾಳೆ
ವರ್ಜಿಲ್ ವಿಸ್ಮಯದಿಂದ ನೋಡುತ್ತಾನೆ

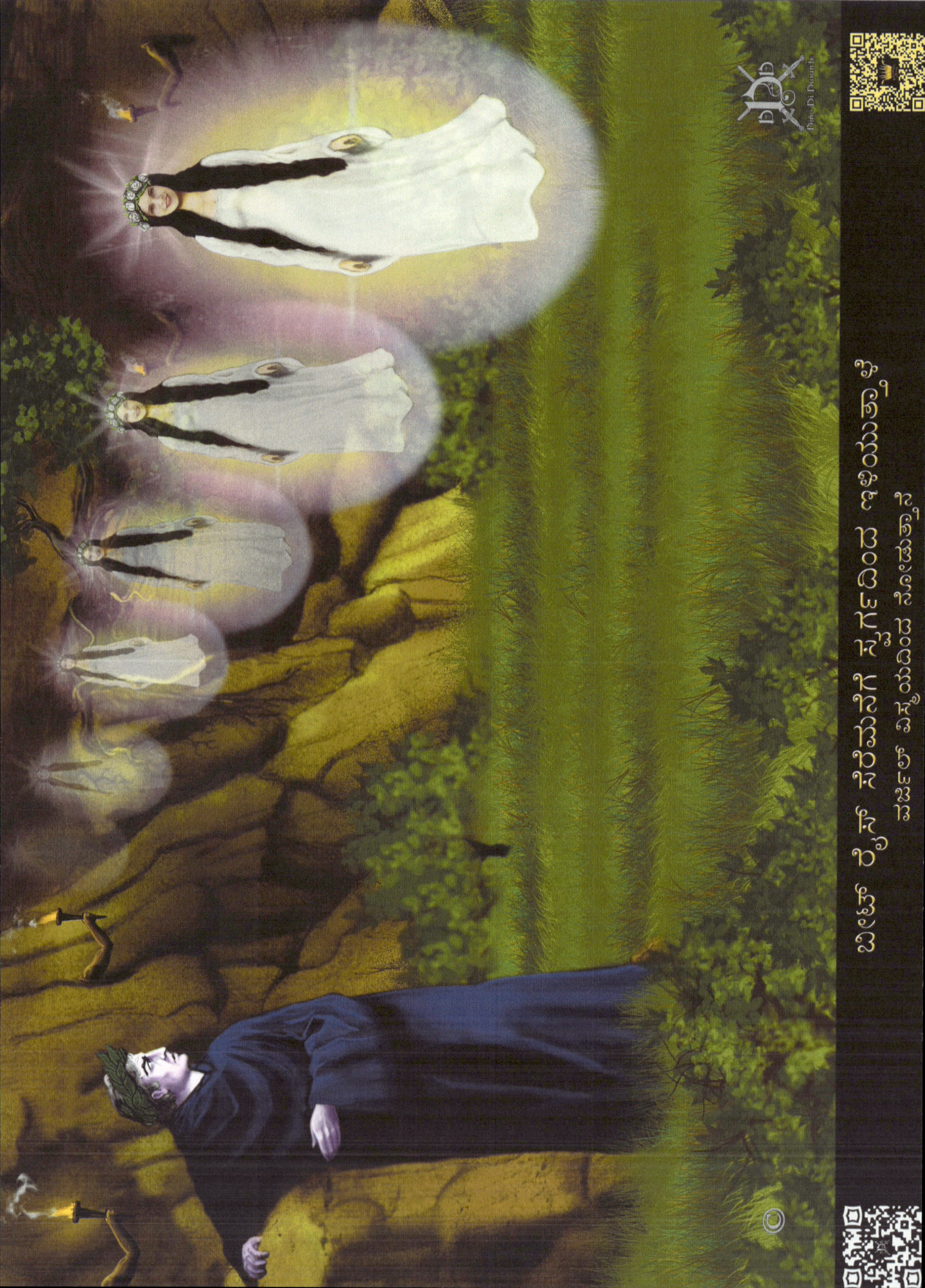

ಬೀಟ್ ರೈಸ್ ಸೆರೆಮನೆಯಲ್ಲಿ ಭಾಗಶ: ಪ್ರತ್ಯಕ್ಷವಾಗುತ್ತಾಳೆ
ವರ್ಜಿಲ್ ಬೀಟ್ ರೈಸನ್ನು ನಮಸ್ಕರಿಸುತ್ತಾನೆ

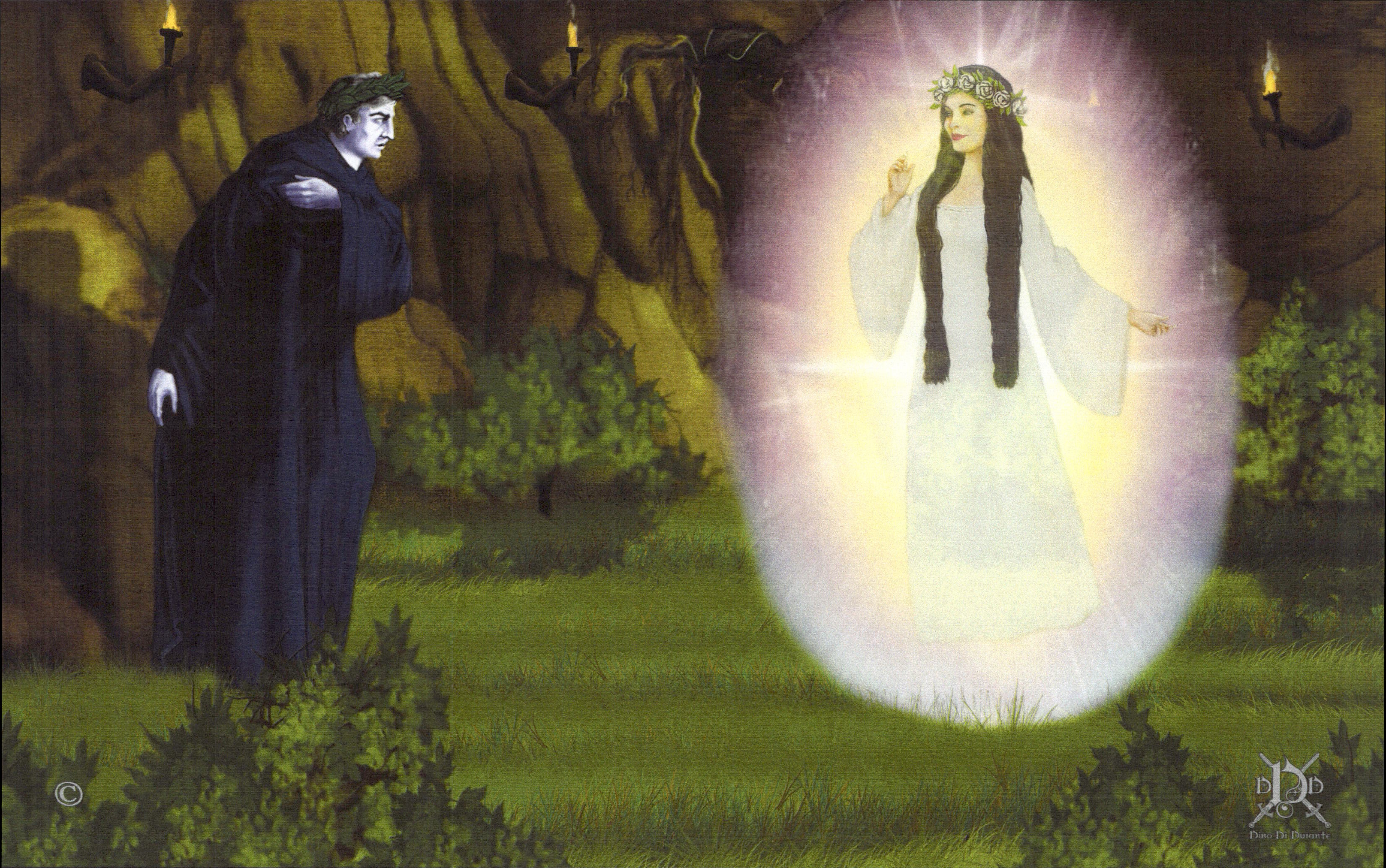

ವರ್ಜಿಲ್ ನ ನಿಯೋಗ

ಬೀಟ್ ರೈಸ್ ವರ್ಜಿಲ್ ನನ್ನು ನರಕ ಮತ್ತು ಶುದ್ಧೀಕರಣದಲ್ಲಿ ಡಾಂಟೆಗೆ ಮಾರ್ಗದರ್ಶನ ಮಾಡಲು ಕೇಳುತ್ತಾಳೆ

ನರಕದ ಪ್ರವೇಶ ದ್ವಾರ - ಕುಮಾ, ಇಟಲಿ

ವರ್ಜಿಲ್ ಮತ್ತು ಡಾಂಟೆ ಕೆಳಗಿರುವ ನರಕದ ಪ್ರವೇಶ ದ್ವಾರವನ್ನು ನೋಡುತ್ತಾರೆ

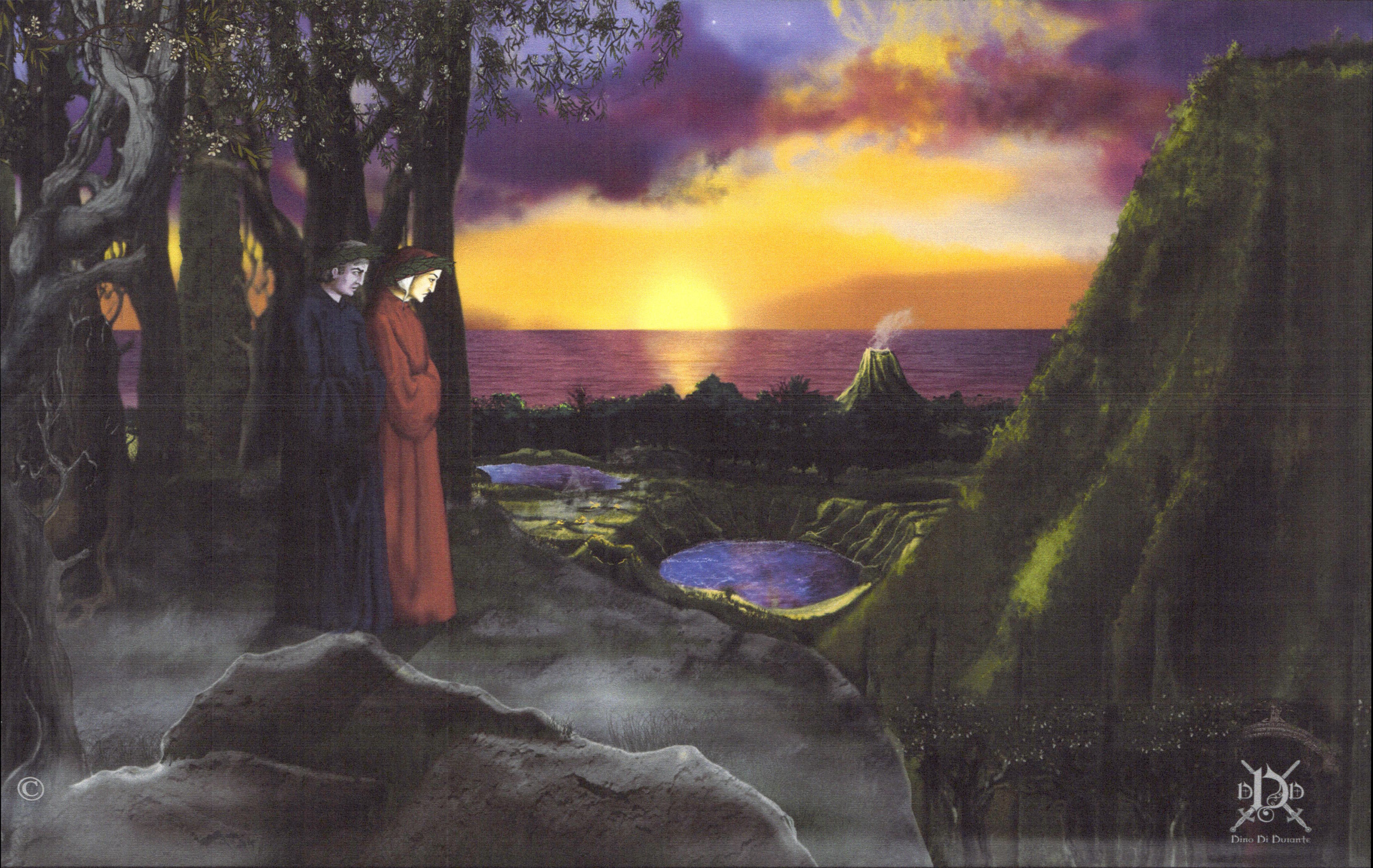

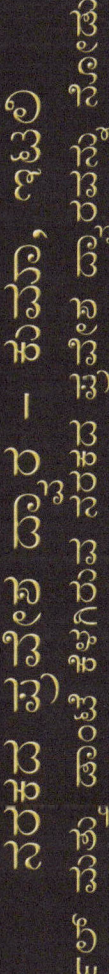

ನರಕದ ದ್ವಾರ

ದ್ವಾರದ ಮೇಲೆ ಹೀಬ್ರುವಿನಲ್ಲಿ ಗೂಢಲಿಪೀಕರಣ : "ನನ್ನ ಮೂಲಕ..."

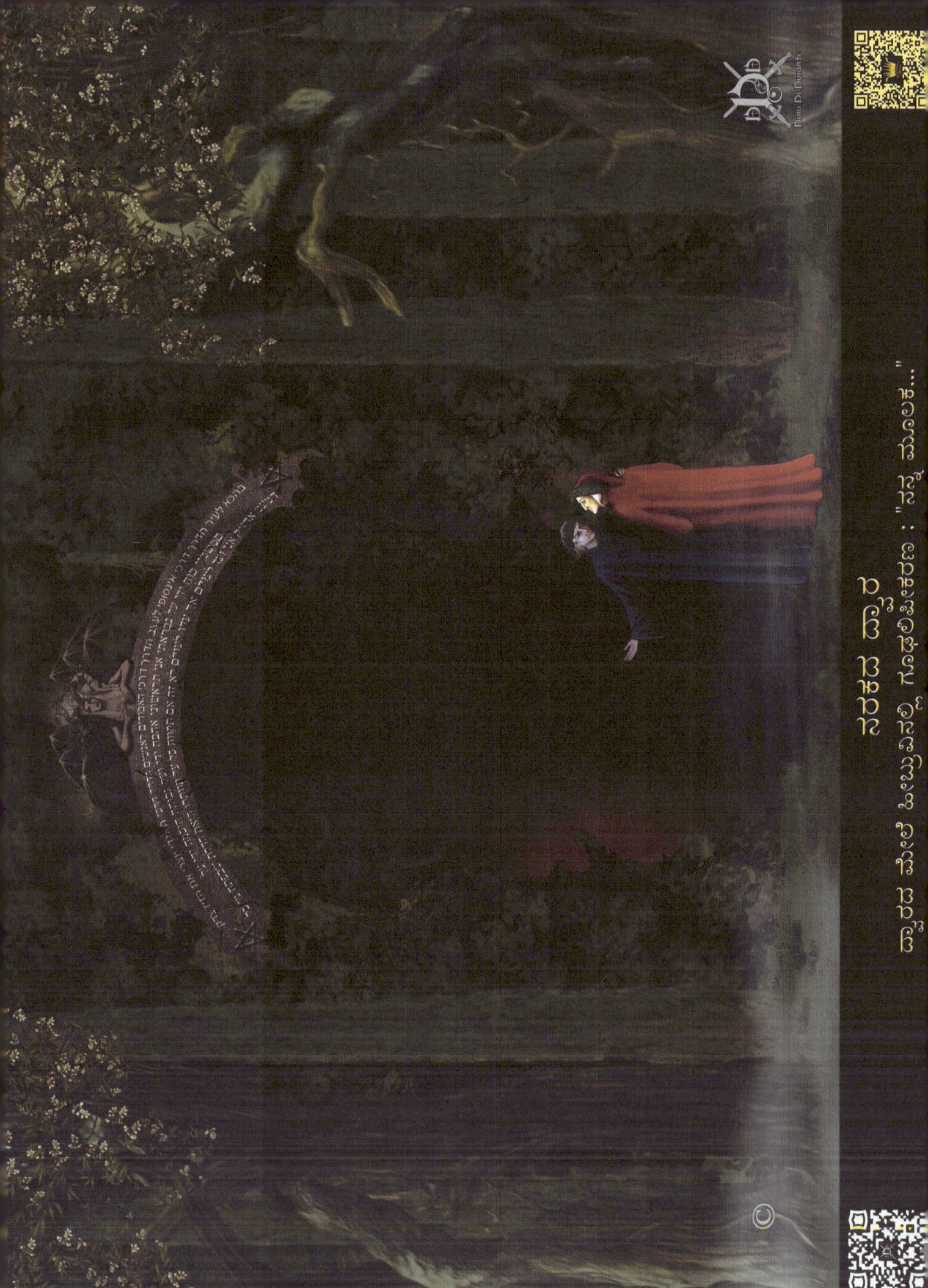

ನರಕದ ಒಳಗೆ ಹೋಗುವ ಗುಹೆ

ಡಾಂಟೆ ಮತ್ತು ವರ್ಜಿಲ್ ನೋವಿನ ನಗರದ ಕಡೆಗೆ ನಡೆಯುತ್ತಾರೆ

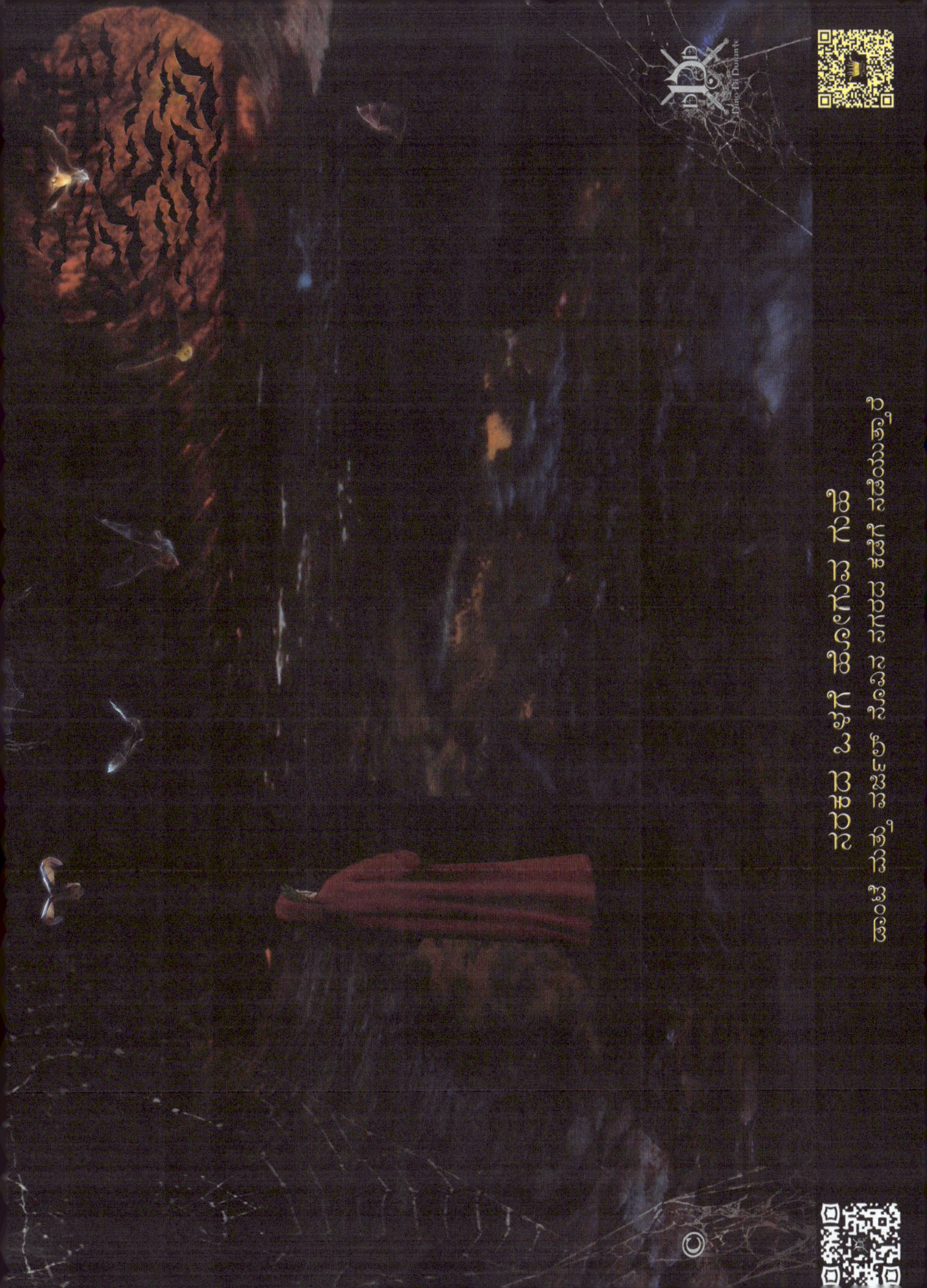

ನರಕದ ವಿಹಂಗಮೆಯ ನೋಟ

ಡಾಂಟೆ ಮತ್ತು ವರ್ಜಿಲ್ ನರಕವನ್ನು ಪ್ರವೇಶಿಸುತ್ತಾ ಅದರ ೯ ಹಿಂಸೆಯ ವೃತ್ತಗಳನ್ನು ಎದರಿಸುತ್ತಾರೆ

ನರಕದ ರೇಖಾಚಿತ್ರ

೯ ವೃತ್ತಗಳು ಮತ್ತು ಅವುಗಳ ಉಪಭಾಗಗಳು

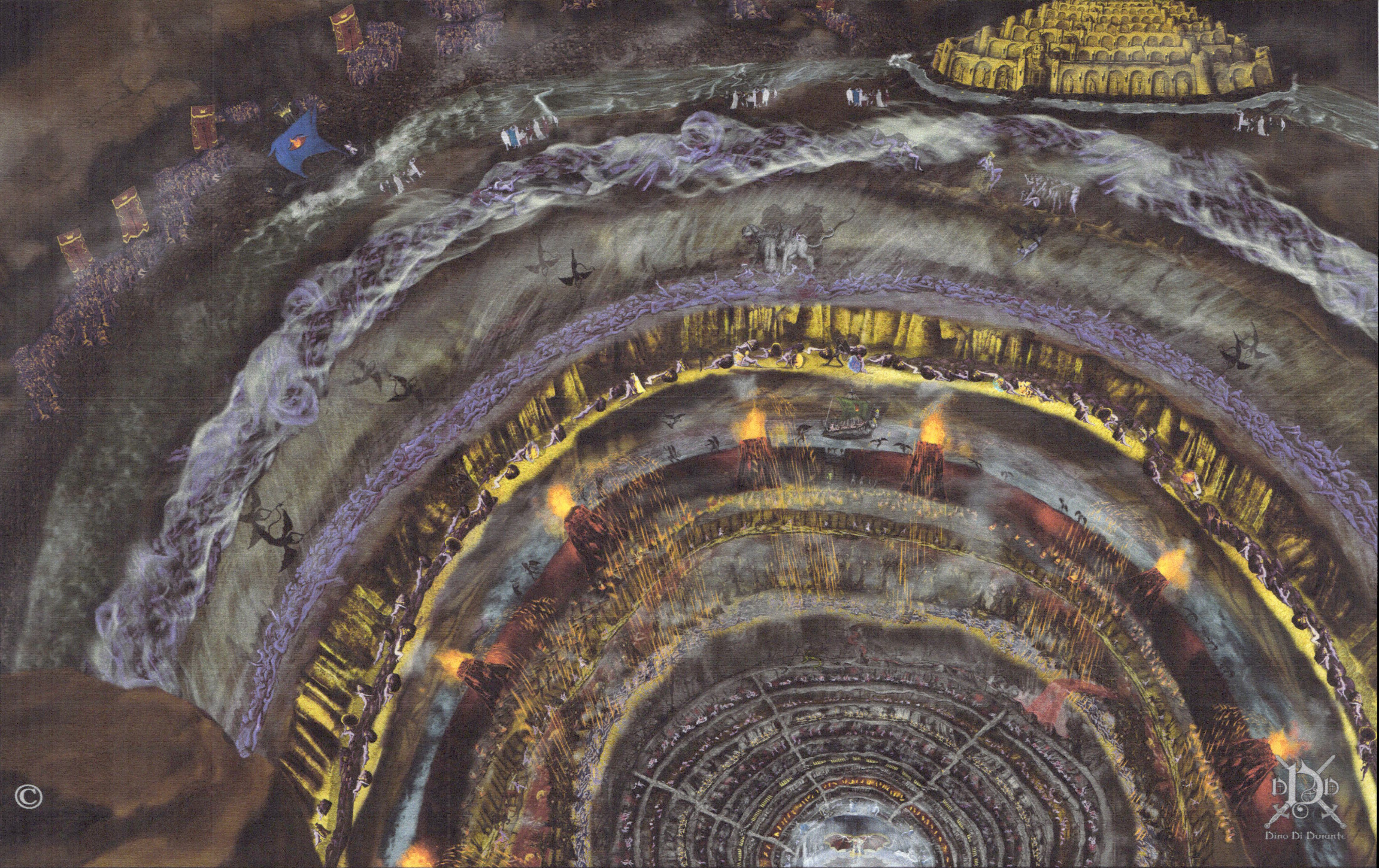

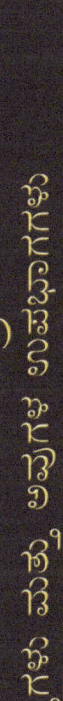

ಸ್ಲೋಥ ಮತ್ತು ಆಗಮಿಸುತ್ತಿರುವ ಪಾಪಿಗಳು
ಅಚೆರೋನ್ ನದಿಯನ್ನು ದಾಟಲು ಕಾಯುತ್ತಿರುವುದು

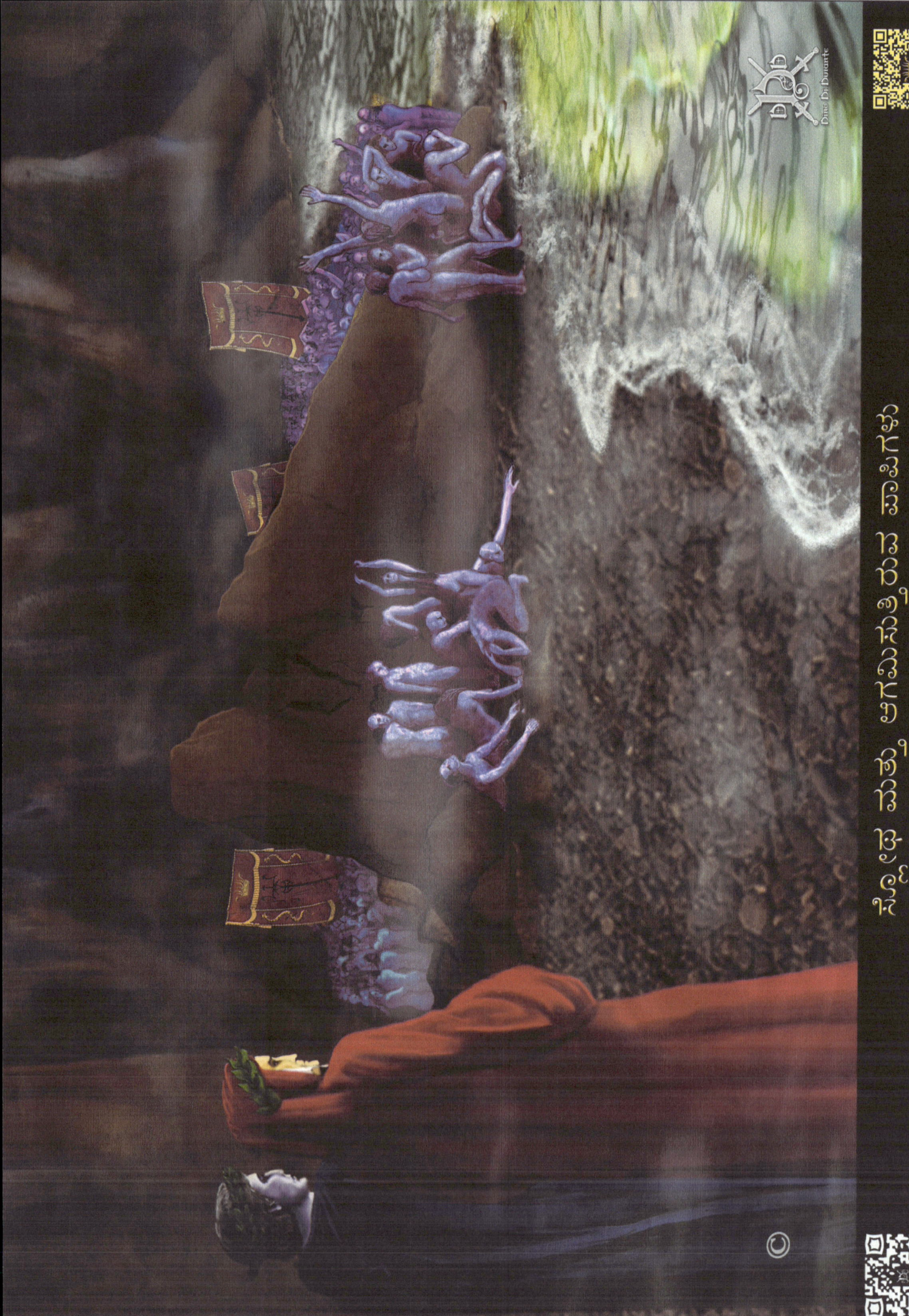

ಚೆರೊನ್- ಜ್ವಲಿಸುತ್ತಿರುವ ಕಣ್ಣಿನ ರಾಕ್ಷಸ

ಚೆರೊನ್ ಪಾಪಿಗಳನ್ನು ಆಚೆ ದಡಕ್ಕೆ ಸಾಗಿಸಲು ಬರುತ್ತಾನೆ

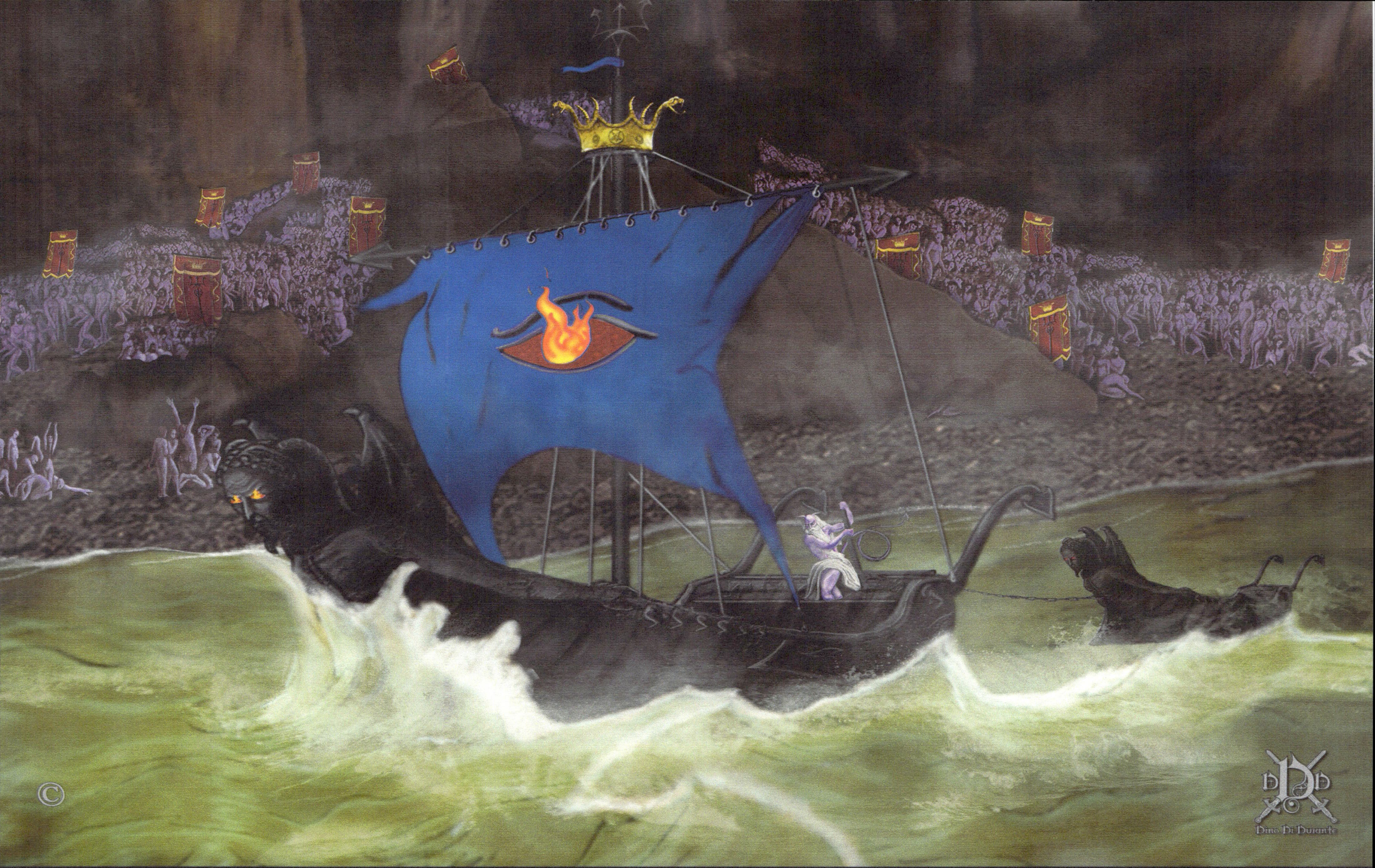

ಚೆರೊನ್ ಕವಿಗಳನ್ನು ಎದರಿಸುತ್ತಾನೆ

ಡಾಂಟೆ ಭಯಭೀತನಾಗುತ್ತಾನೆ ಮತ್ತು ವರ್ಜಿಲನ ಹಿಂಬದಿಯಲ್ಲಿ ಅಡಗಿಕೊಳ್ಳುತ್ತಾನೆ

ಡಾಂಟೆ ಮೂರ್ಛೆ ಹೋಗುತ್ತಾನೆ

ಚೆರೊನ್ ಪಾಪಿಗಳನ್ನು ಹೊಡೆಯುತ್ತಾನೆ ಮತ್ತು ಡಾಂಟೆಗೆ ಅವರ ನೋವು ನಿಂತು ನೋಡಲಾಗುವುದಿಲ್ಲ

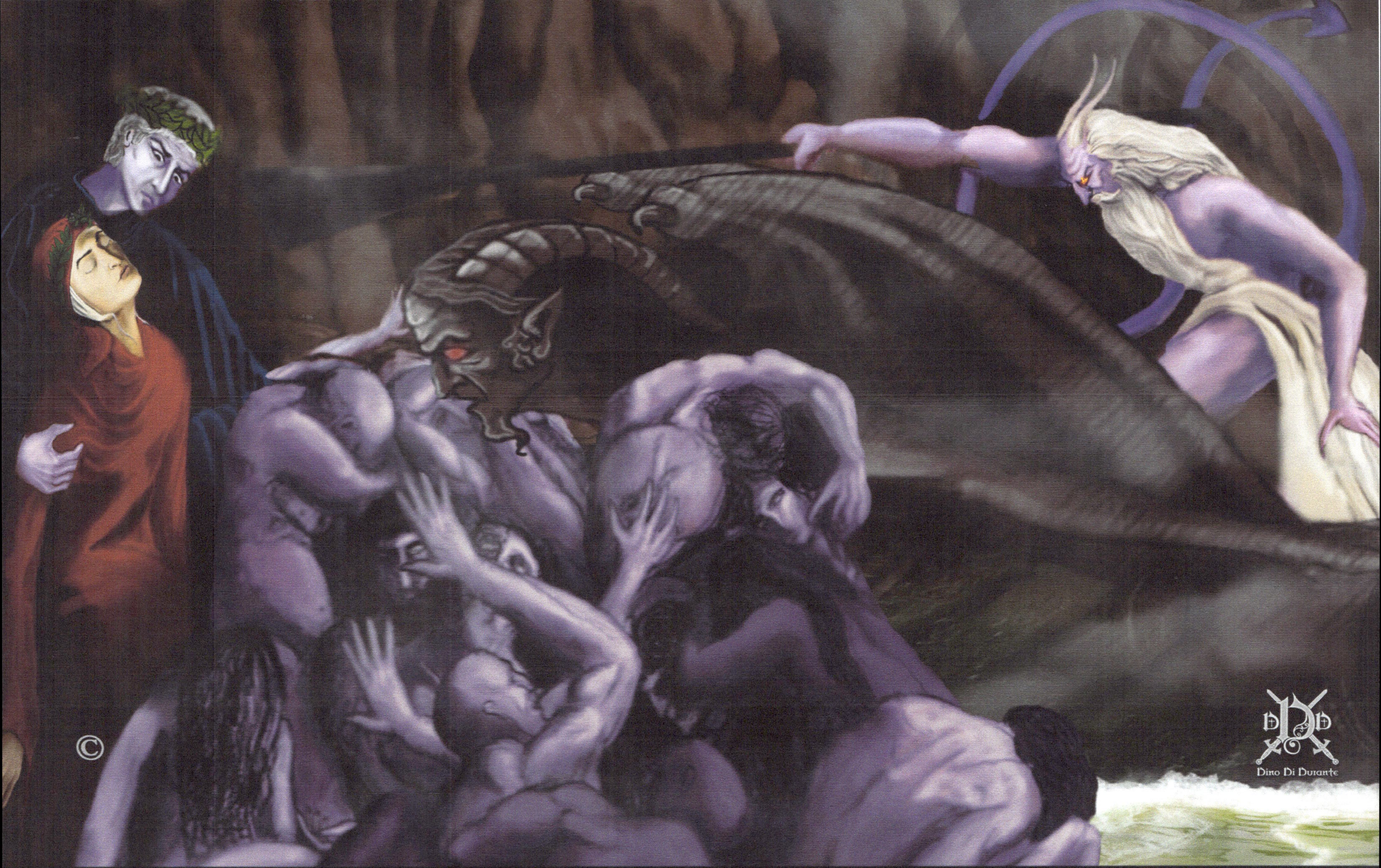

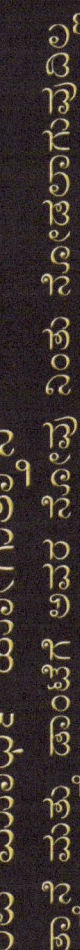

ಡಾಂಟೆ ಕೆಳಗೆ ಬೀಳುತ್ತಾನೆ

ಡಾಂಟೆ ಪಾಪಿಗಳಿಂದ ಸುತ್ತುವರೆದಿರುತ್ತಾನೆ ಮತ್ತು ವರ್ಜಿಲನಿಂದ ಸಹಾಯ ಪಡೆಯುತ್ತಾನೆ

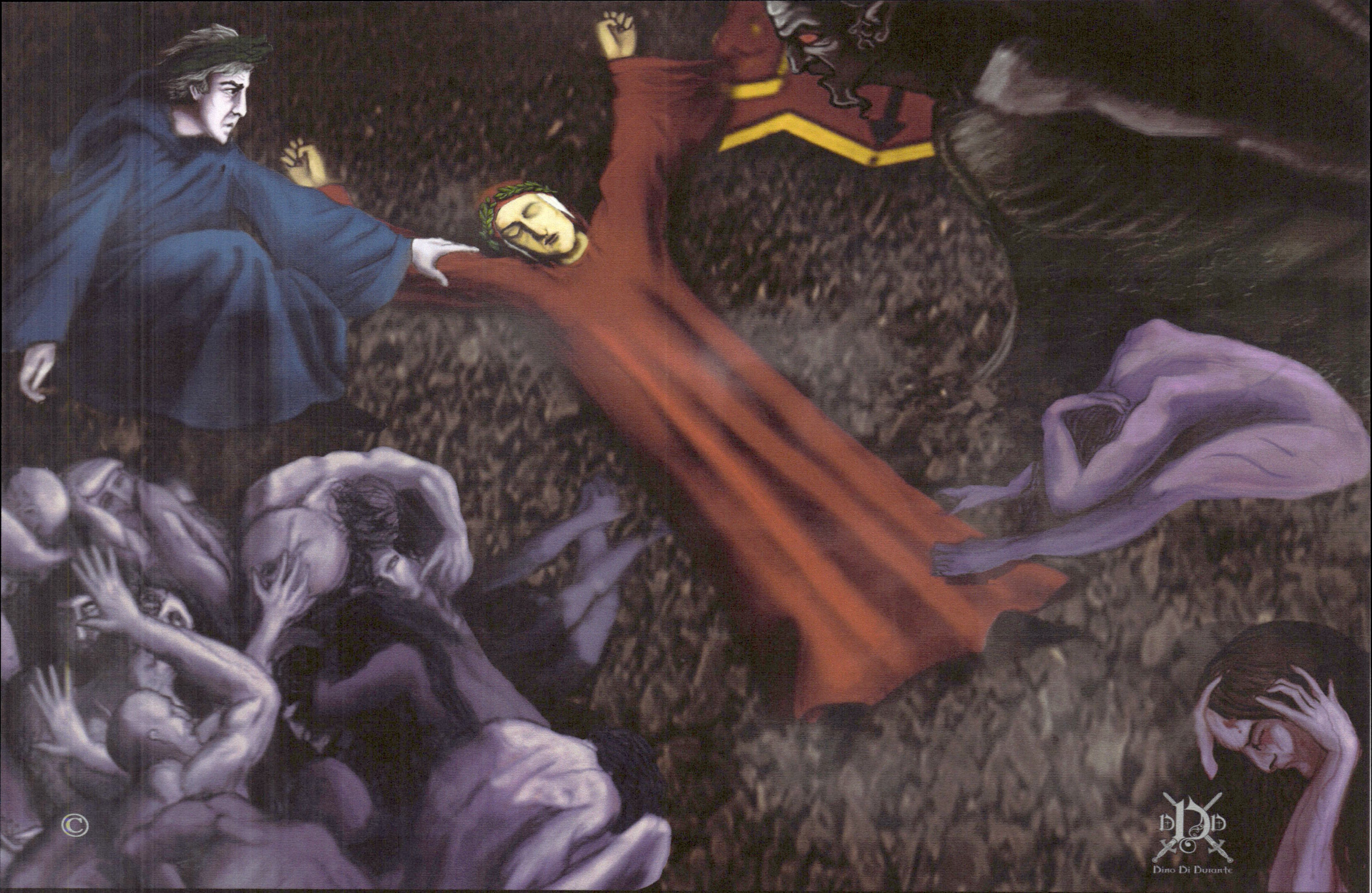

ಅಚೆರೊನ್ ನದಿಯ ಅಡ್ಡಲಾಗಿ

ಚೆರೊನ್ ಪಾಪಿಗಳನ್ನು ಡಾಂಟೆ ಮತ್ತು ವರ್ಜಿಲ್ ಜೊತೆ ಸಾಗಿಸುತ್ತಾನೆ

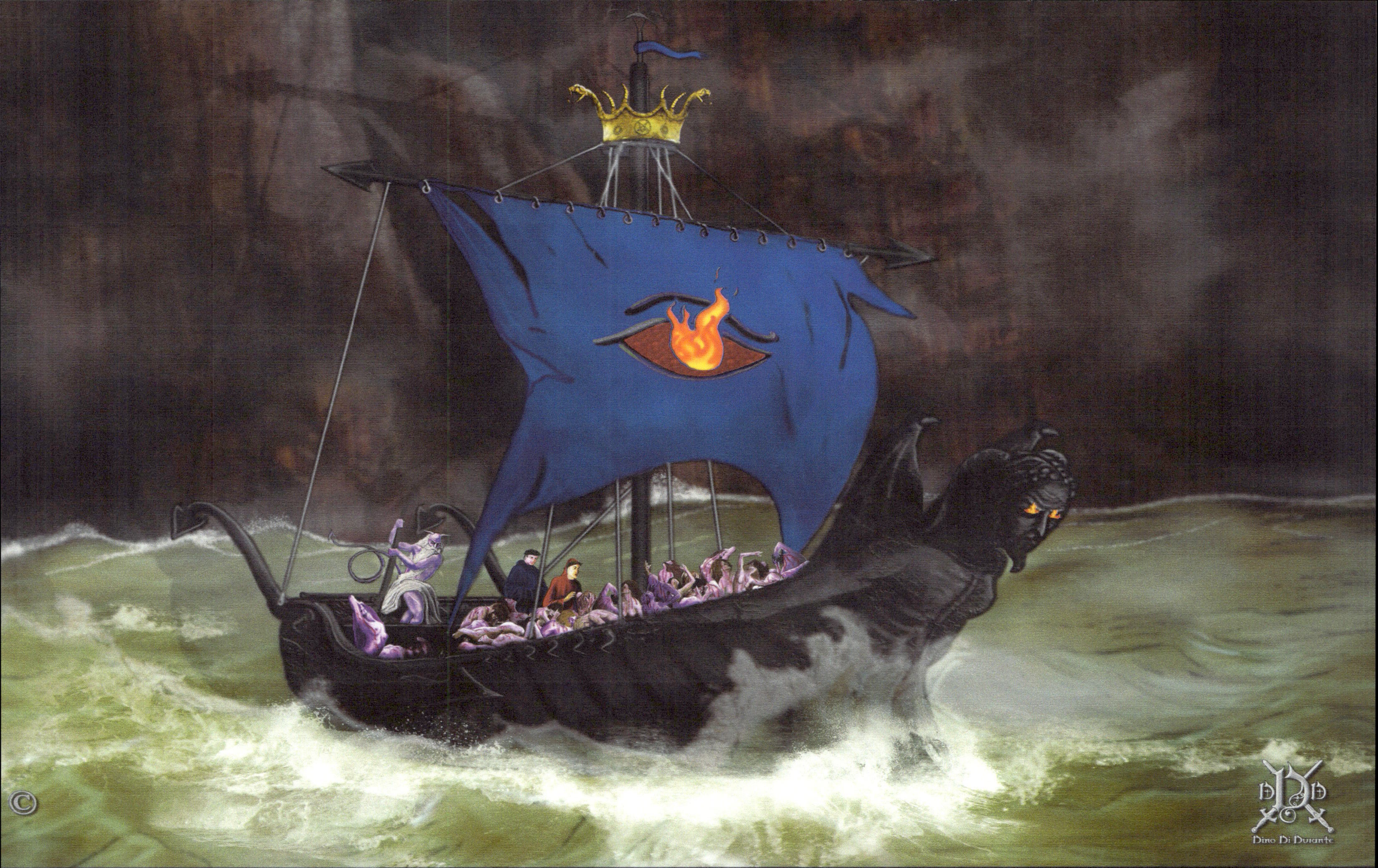

೧ ನೇ ವೃತ್ತ - ಸೆರೆಮನೆ

ಡಾಂಟೆ ಮತ್ತು ವರ್ಜಿಲ್ ೭ ಗೋಡೆಗಳ ಕೋಟೆಗೆ ಆಗಮಿಸುತ್ತಾರೆ

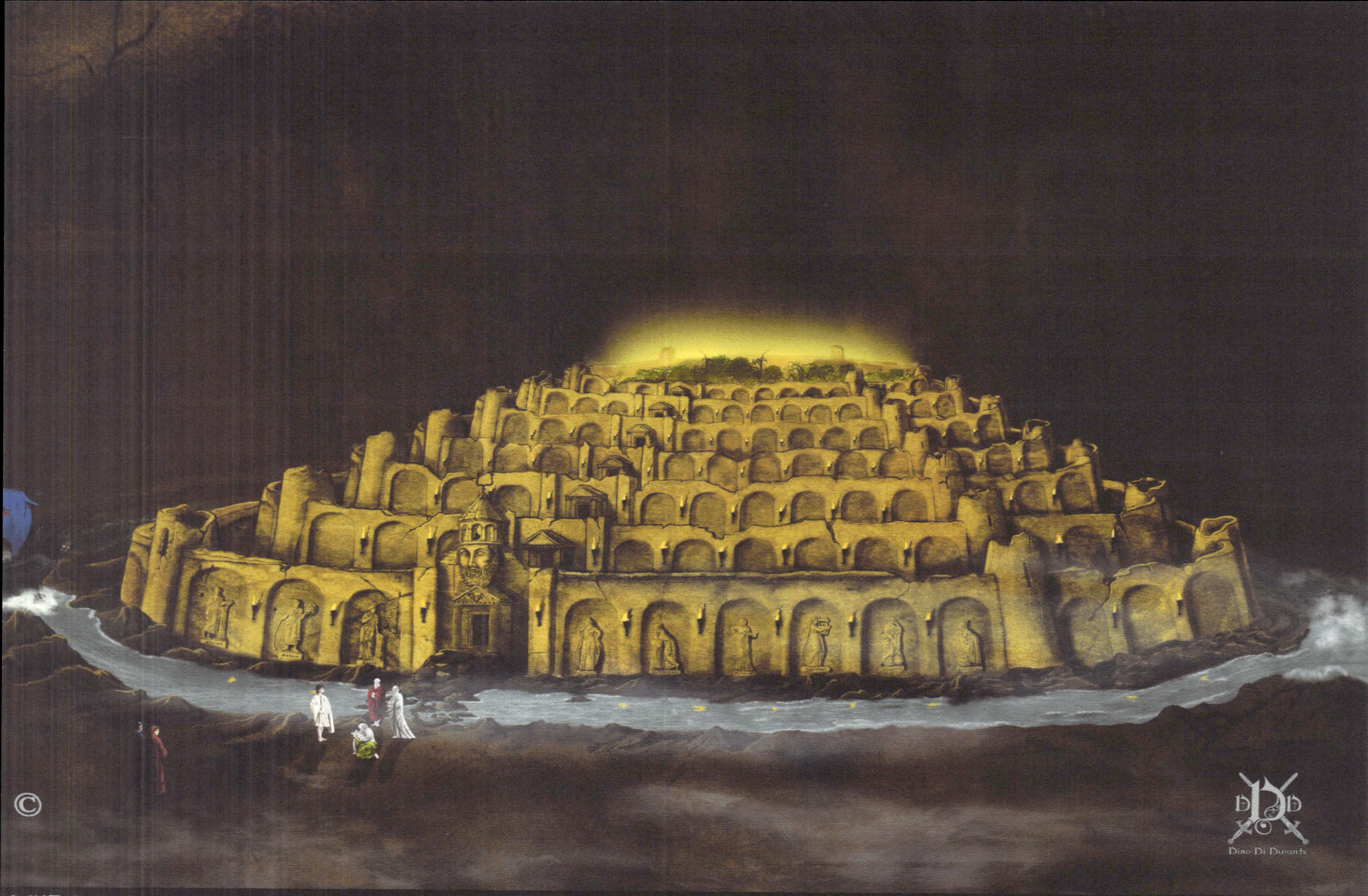

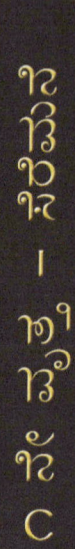

ಮಹಾನ್ ಬೆಂಗಾವಲು

ಡಾಂಟೆ ಮತ್ತು ವರ್ಜಿಲ್ ಹೋಮರ್ ಮತ್ತು ಇತರ ಕವಿಗಳ ಜೊತೆ ಕೋಟೆಯನ್ನು ಪ್ರವೇಶಿಸುತ್ತಾರೆ

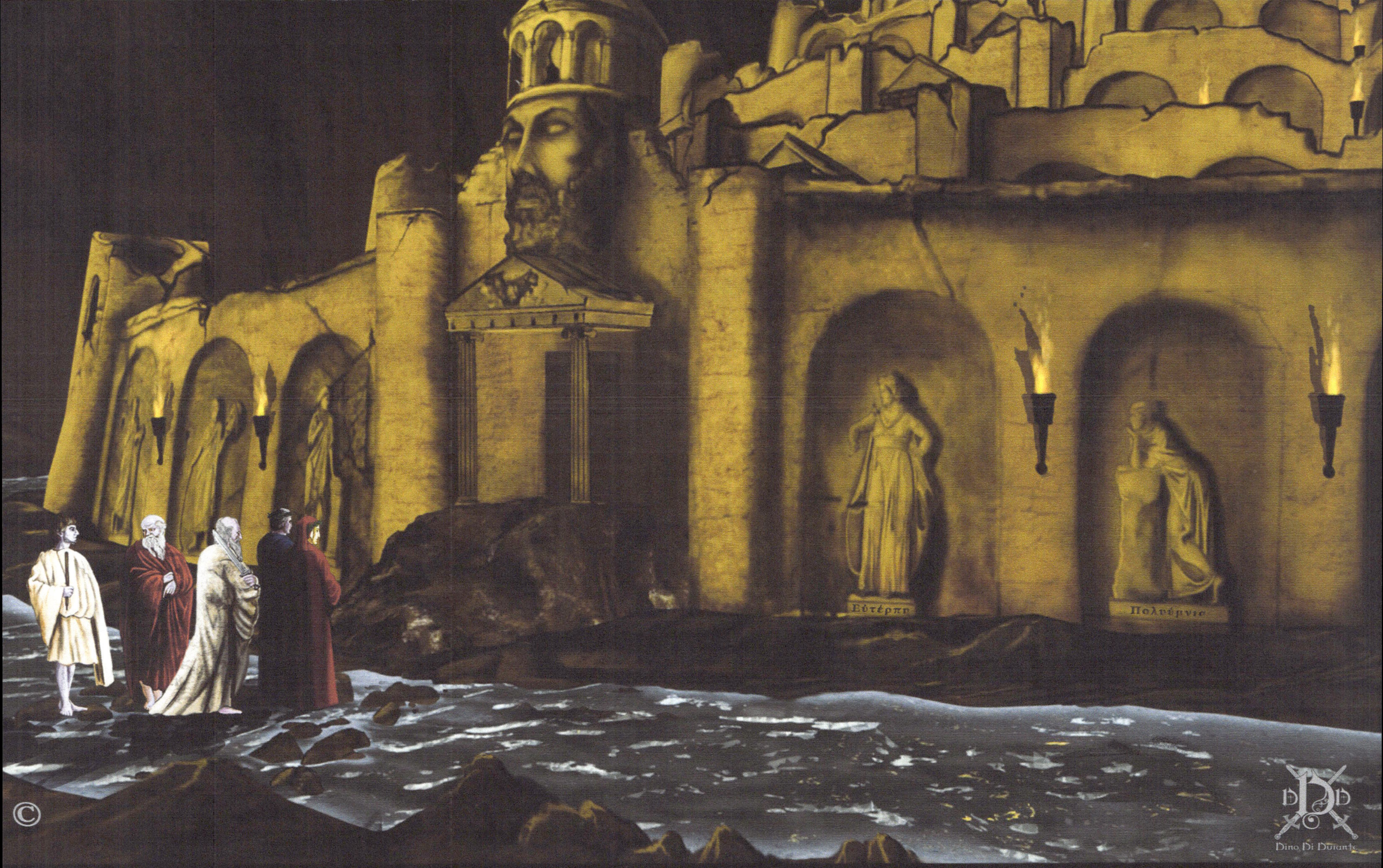

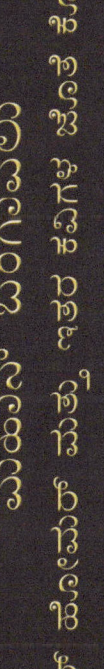

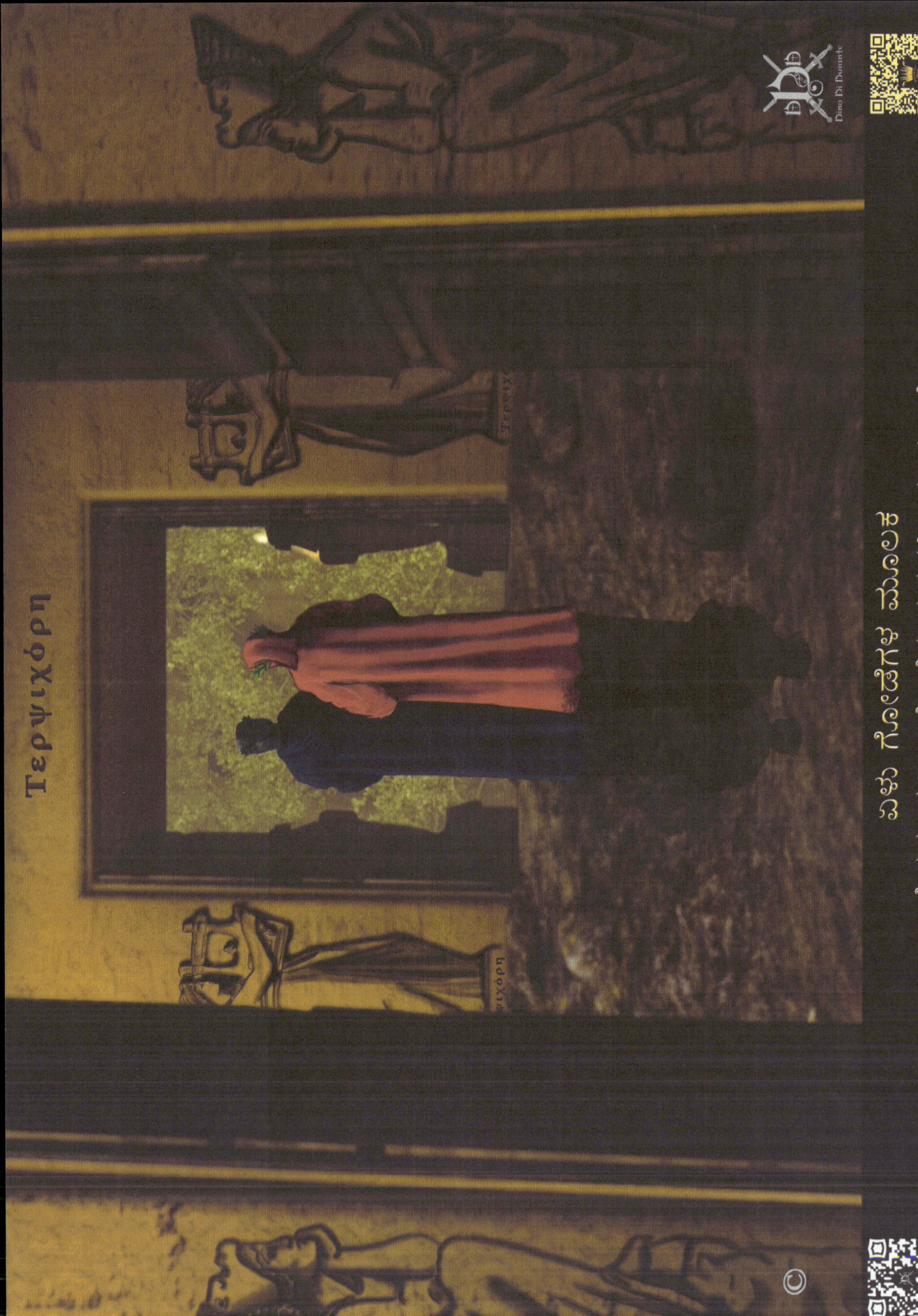

ಏಳು ಗೋಡೆಗಳ ಮೂಲಕ

ಡಾಂಟೆ ಮತ್ತು ವರ್ಜಿಲ್ ಕೋಟೆಯ ಮಧ್ಯದಲ್ಲಿ ಆಗಮಿಸುತ್ತಾರೆ

ಸೆರೆಮನೆಯಲ್ಲಿರುವ ಮಹಾನ್ ಆತ್ಮಗಳು

ಡಾಂಟೆ ಮತ್ತು ವರ್ಜಿಲ್ ಸೋಕ್ರೆಟ್ಸ, ಜುಲಿಯಸ್ ಸೀಜರ್, ಎರಿಸ್ಟೊಟ್ಲಲ್.... ಭೇಟಿಮಾಡುತ್ತಾರೆ

ವಶಪಡಿಸಿಕೊಂಡವನು

ಪರಾಜಿತ ಸಂಘರ್ಷಕಾರರನ್ನು ಕ್ಷಮಿಸಿದ ಮಹಾನ್ ಸೇನಾಧಿಪತಿ

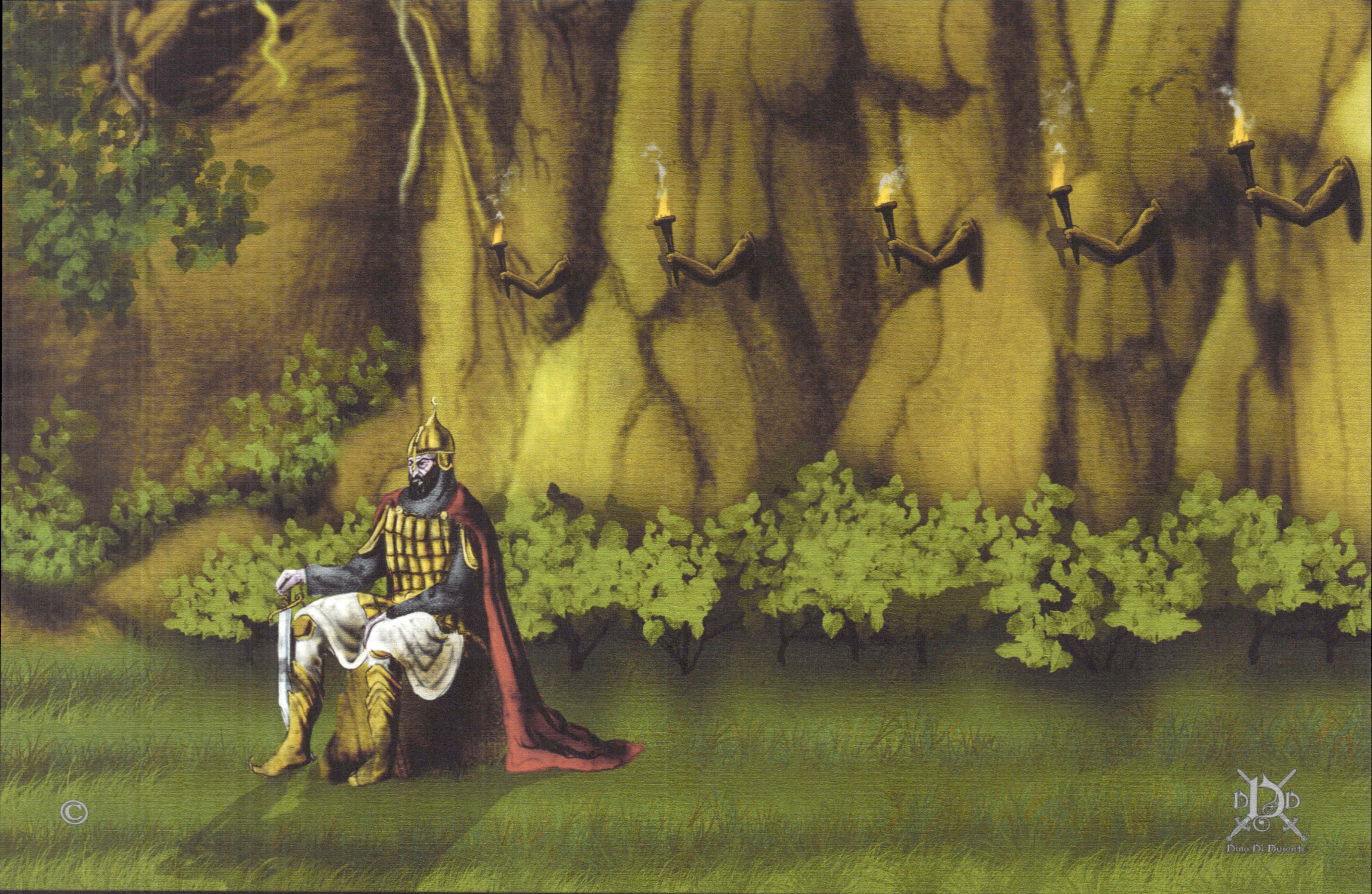

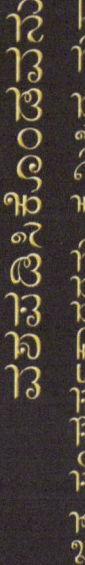

ಮಿನೋಸ್ - ನರಕದ ನ್ಯಾಯಾಧೀಶರು

ಆಗಮಿಸುತ್ತಿರುವ ಪಾಪಿಗಳನ್ನು ತೀರ್ಮಾನಿಸಲಾಗುತ್ತದೆ ಮತ್ತು ನಿಯೋಜಿಸಲಾದ ವಲಯಗಳಲ್ಲಿ ಕಳಿಸಲಾಗುತ್ತದೆ

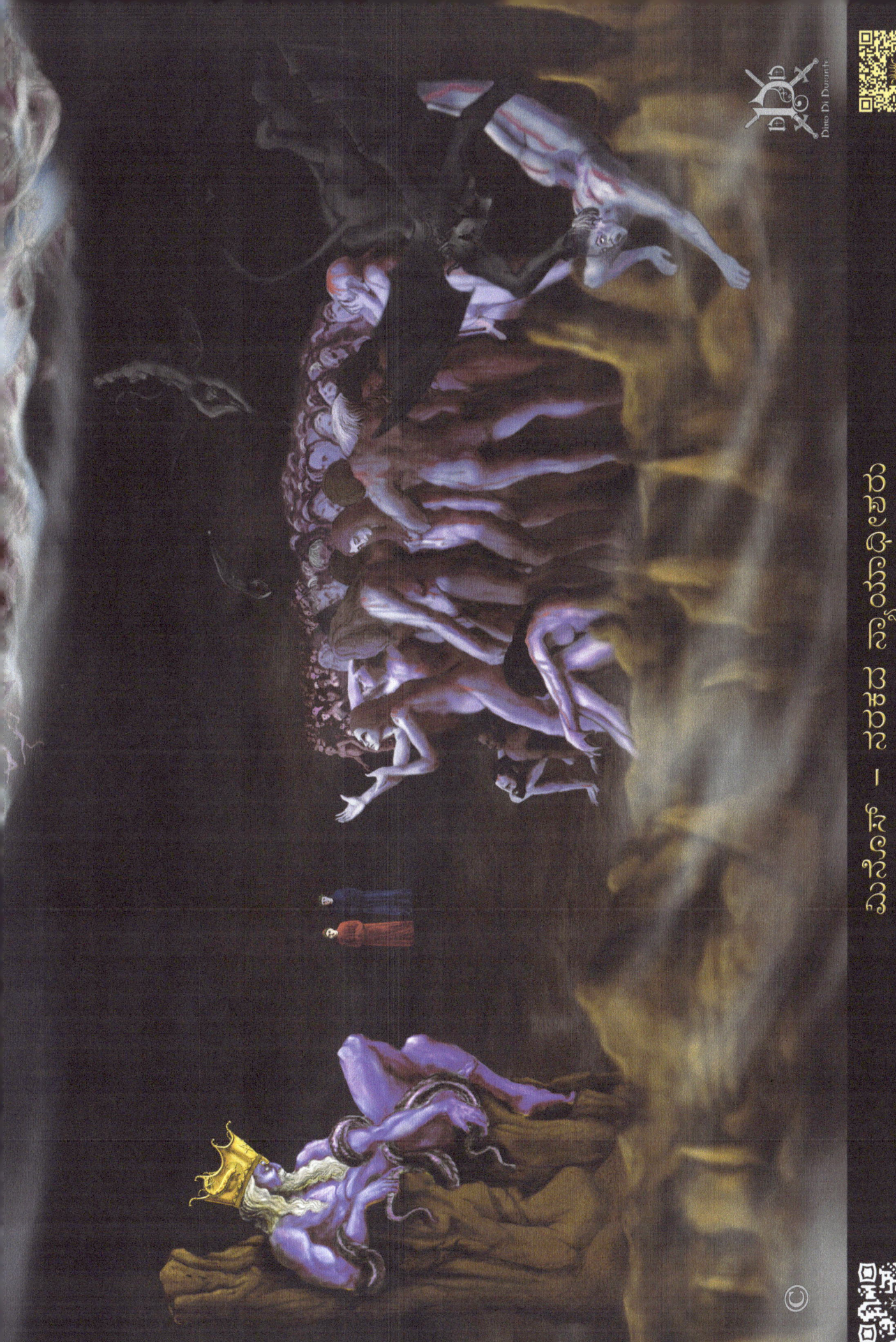

೨ ನೆ ವೃತ್ತ – ಕಾಮಾಸಕ್ತಿಯುಳ್ಳವರು

ಕ್ಲೆಯೊಪಾತ್ರಾ ಮತ್ತು ಮಾರ್ಕ್ ಎಂತೊನಿ

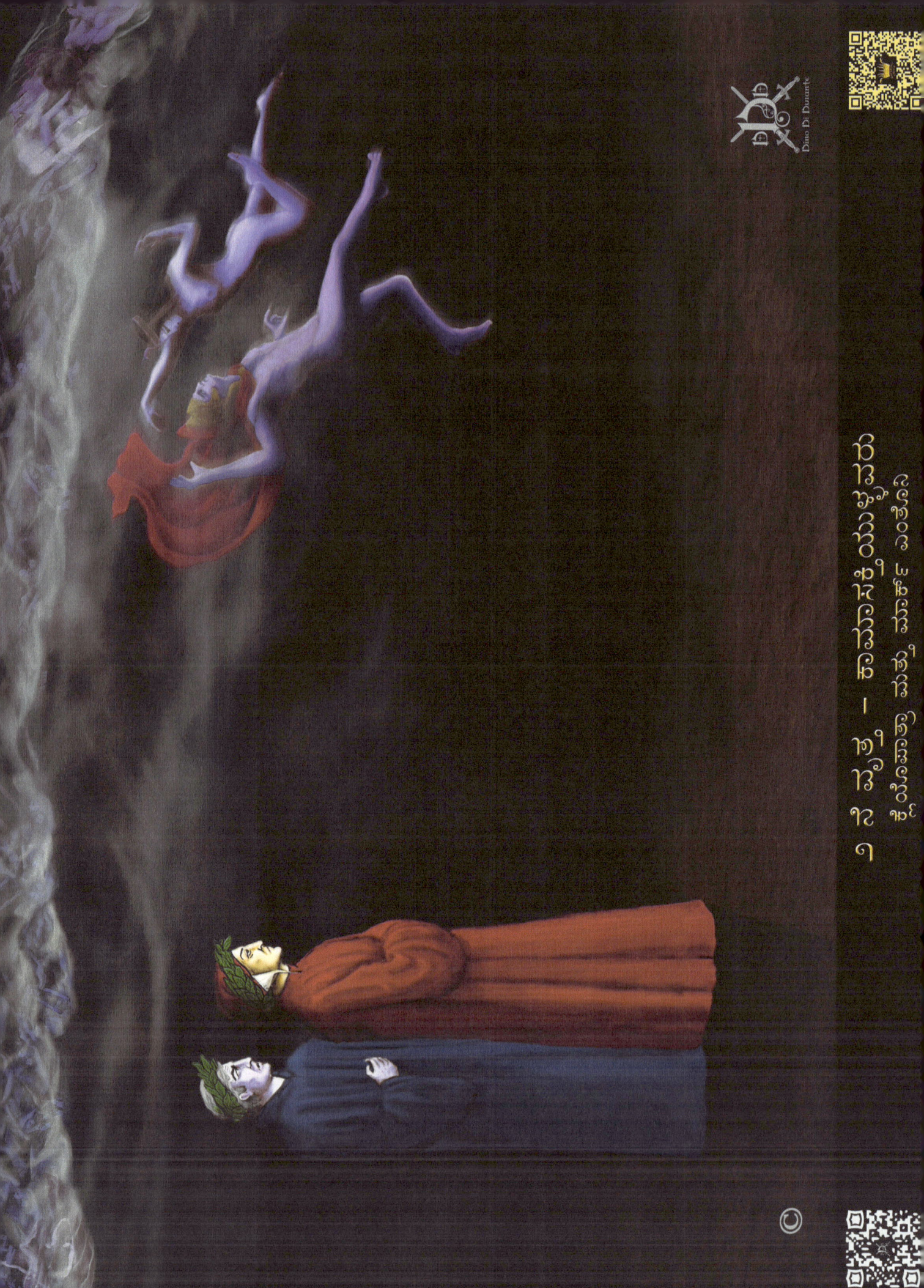

೨ ನೆ ವೃತ್ತ – ಕಾಮಾಸಕ್ತಿಯುಳ್ಳವರು

ಡಾಂಟೆ ಪಾಓಲೊ ಮತ್ತು ಫ್ರಾಂಚೆಸ್ಕಾ ಮುಂದೆ ಮೂರ್ಛೆ ಹೋಗುತ್ತಾನೆ

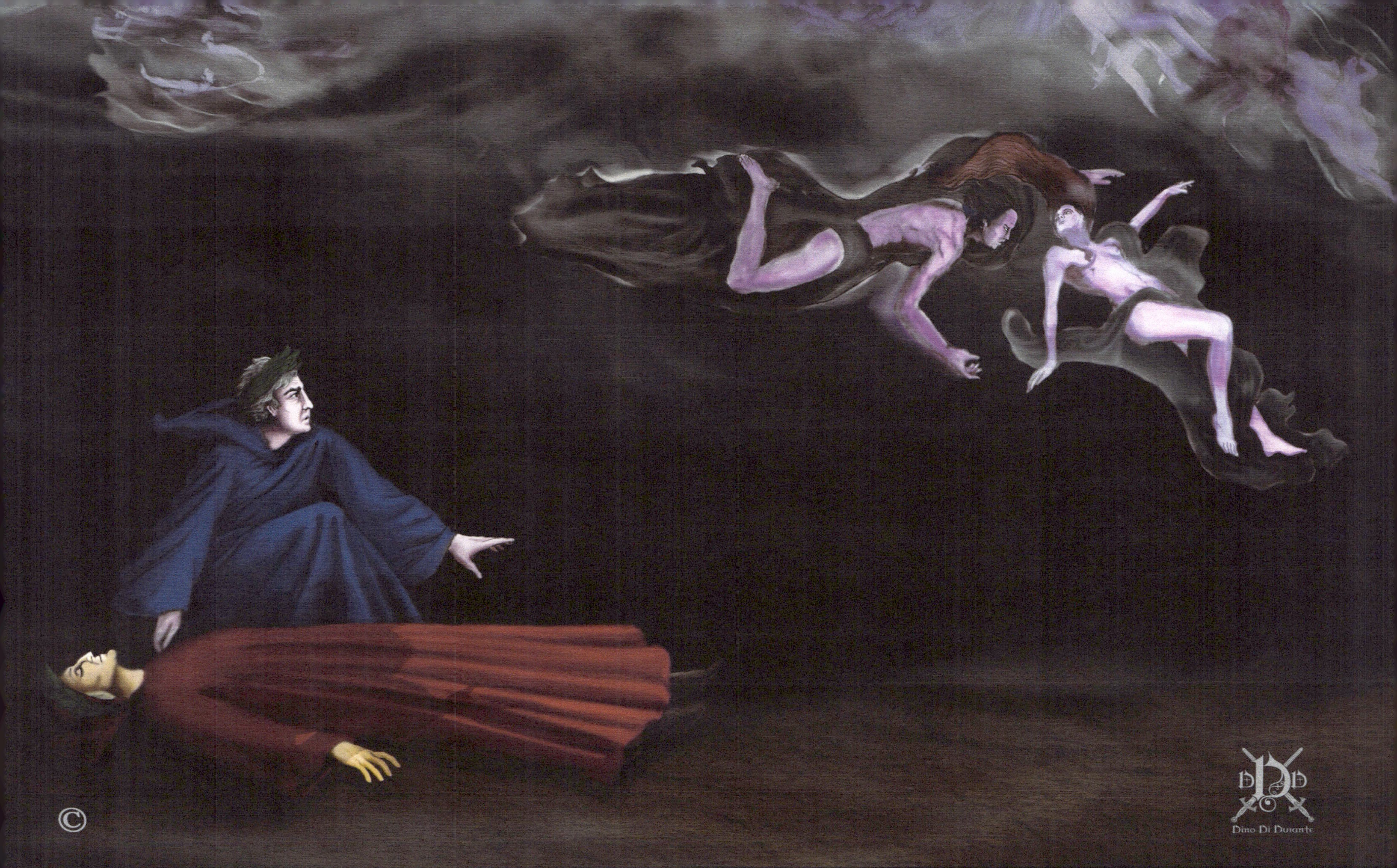

೩ ನೆ ವೃತ್ತ – ಹೊಟ್ಟೆಬಾಕರು
ವರ್ಜಿಲ್ ಸೆರ್ಬೆರುಸನ್ನು ಸಮಾಧಾನಿಸಲು ಅವನ ಮೇಲೆ ಮಣ್ಣು ಎಸಿಯುತ್ತಾನೆ

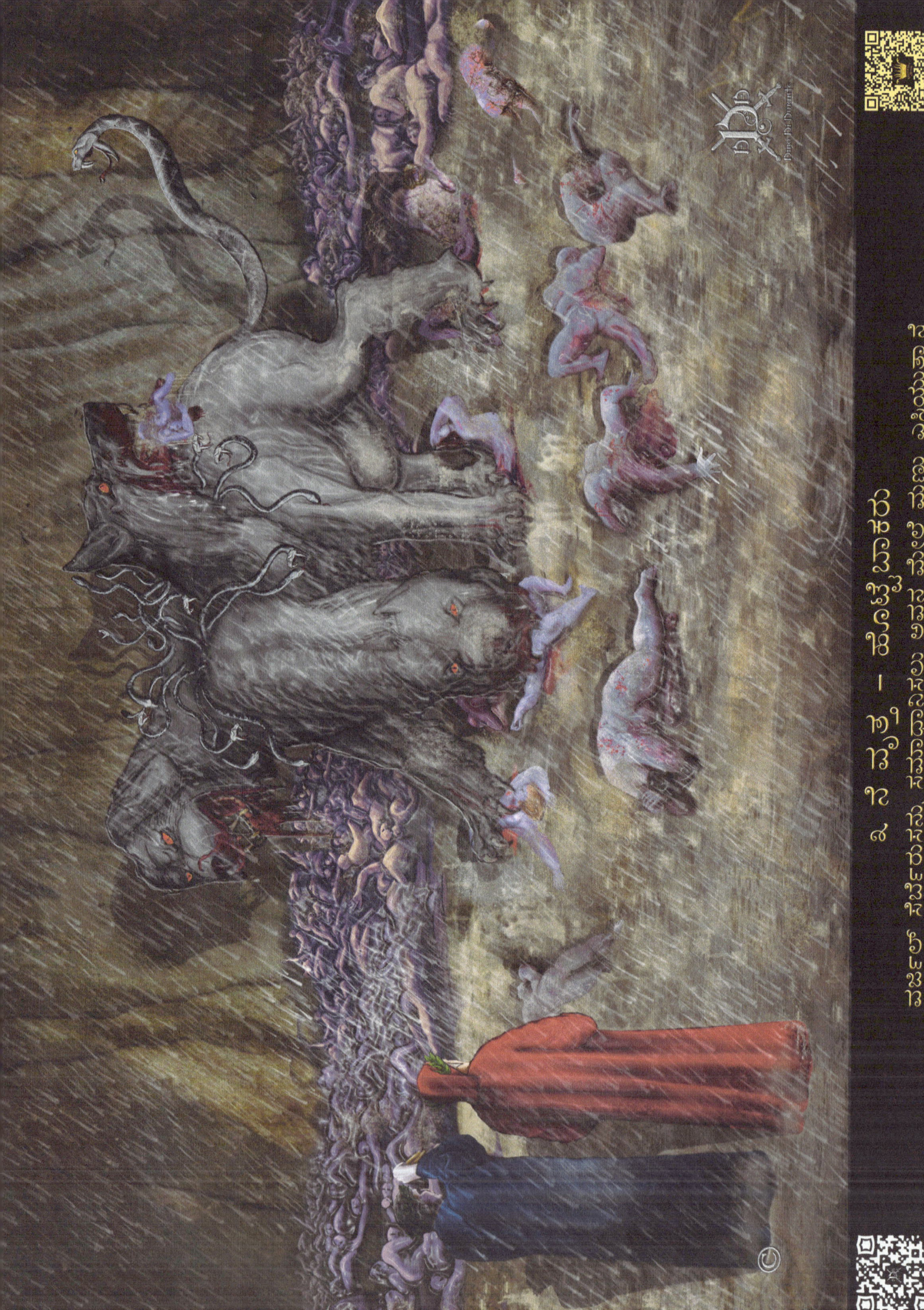

೪ ನೆ ವೃತ್ತ – ರಕ್ಷಕ
ಪ್ಲುಟಸ್ ಕೋಪದಲ್ಲಿ ಕಿರಿಚುತ್ತಾನೆ "ಪೆಪೆ ಸೈತಾನ, ಪೆಪೆ ಸೈತಾನ ಅಲೆಪ್ಪೆ!"

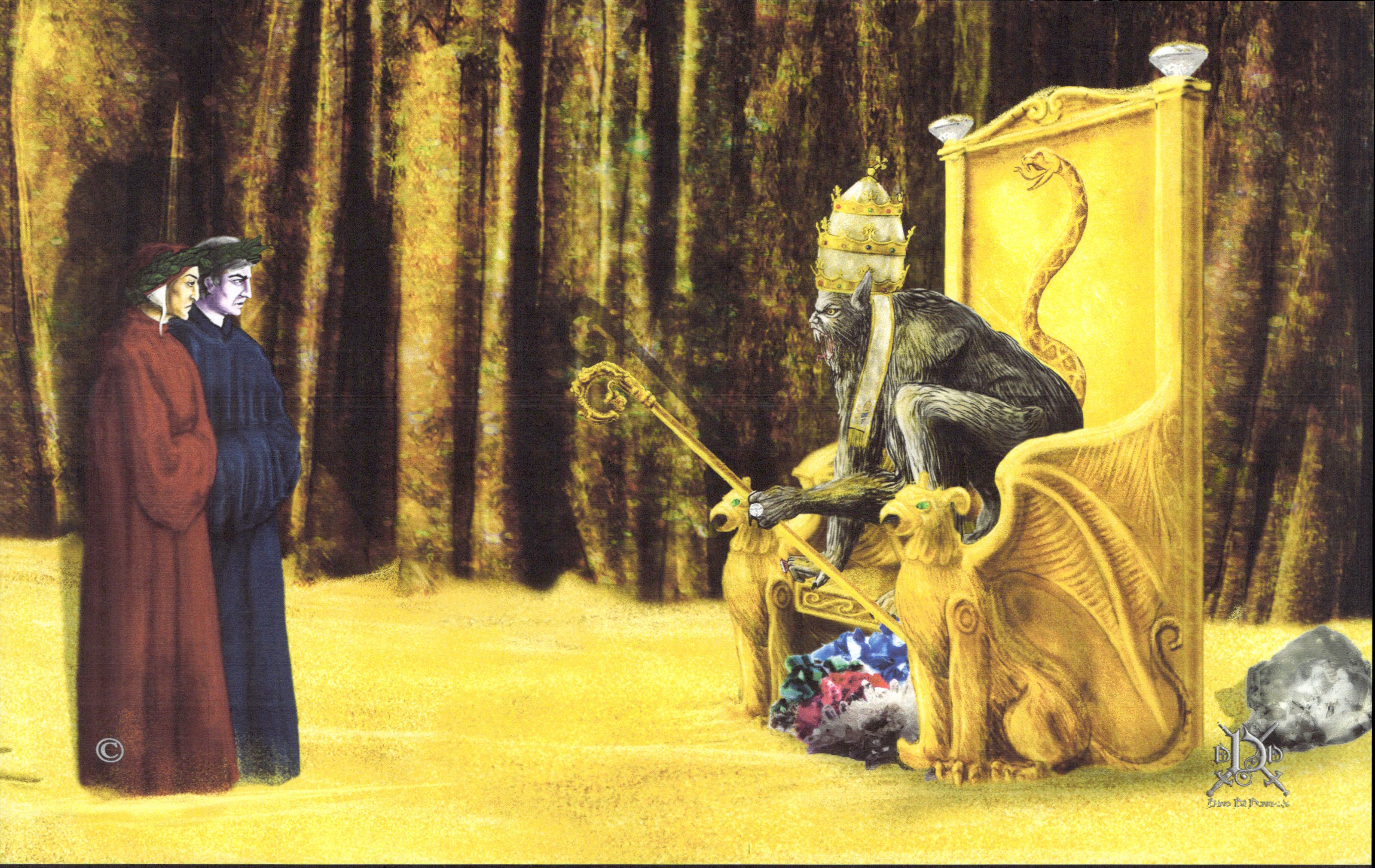

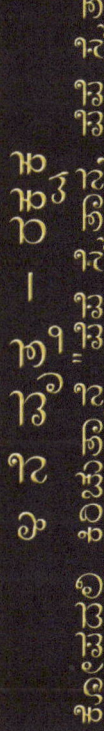

ನೆ ವೃತ್ತ - ಲೋಬಿಗಳು ಮತ್ತು ದುಂದುವೆಚ್ಚ ಮಾಡುವವರು

ಪಾಪಿಗಳು ಅವರಲ್ಲೆ ಹೊಡದಾಡಿದರು ಮತ್ತು ಹಿಂದಿರುಗಿದರು

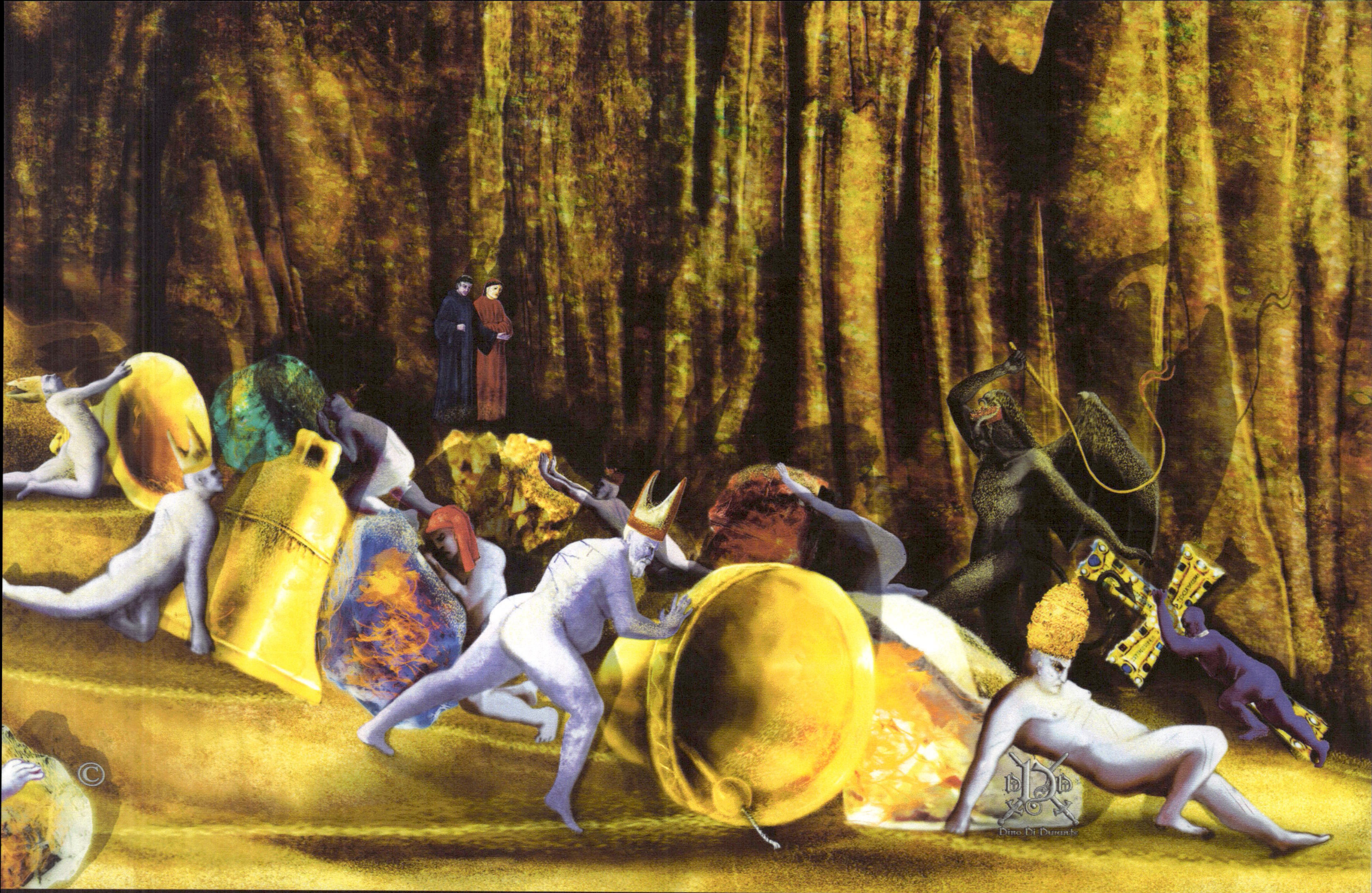

೫ ನೆ ವೃತ್ತ – ಕುಪಿತರು ಮತ್ತು ಅಸಮಾಧಾನಗೊಂಡಿರುವರು
ಫೆಲ್ಗಿಯಸ್ ಡಾಂಟೆ ಮತ್ತು ವರ್ಜಿಲ್ ನನ್ನು ಸ್ಟಿಕ್ಸ ನದಿ ದಾಟಿಸುತ್ತಾನೆ

ಮೂರು ಆವೇಶಗಳು ದಿಸ್ ಗೋಡೆಯ ಮೇಲೆ ಬರುತ್ತವೆ

ಅವು ಮೆಡುಸಾಳನು ಕರೆಯುವ ಬೆದರಿಕೆ ಹಾಕುತ್ತವೆ ಮತ್ತು ವರ್ಜಿಲ್ ಡಾಂಟೆಯ ಕಣ್ಣು ಮುಚ್ಚುತ್ತಾನೆ

ರಾಕ್ಷಸರು ದಿಸ್ ನಗರದ ದ್ವಾರವನ್ನು ಅಡ್ಡಗೊಳ್ಳುತ್ತಾರೆ
ಡಾಂಟೆ ದೇವರ ನಿಯೋಗದಿಂದ ಬಂದಿದ್ದಾನೆ ಎಂದು ವರ್ಜಿಲ್ ವಾದ ಮಾಡುತ್ತಾನೆ

ದೇವರ ಸಂದೇಶಕ ಆಗಮಿಸುತ್ತಾನೆ

ಅವನು ಸ್ಟಿಕ್ಸ್ ನದಿಯ ಮೇಲಿಂದ ದಿಸ ದ್ವಾರದ ಕಡೆಗೆ ಚಲಿಸುತ್ತಾನೆ

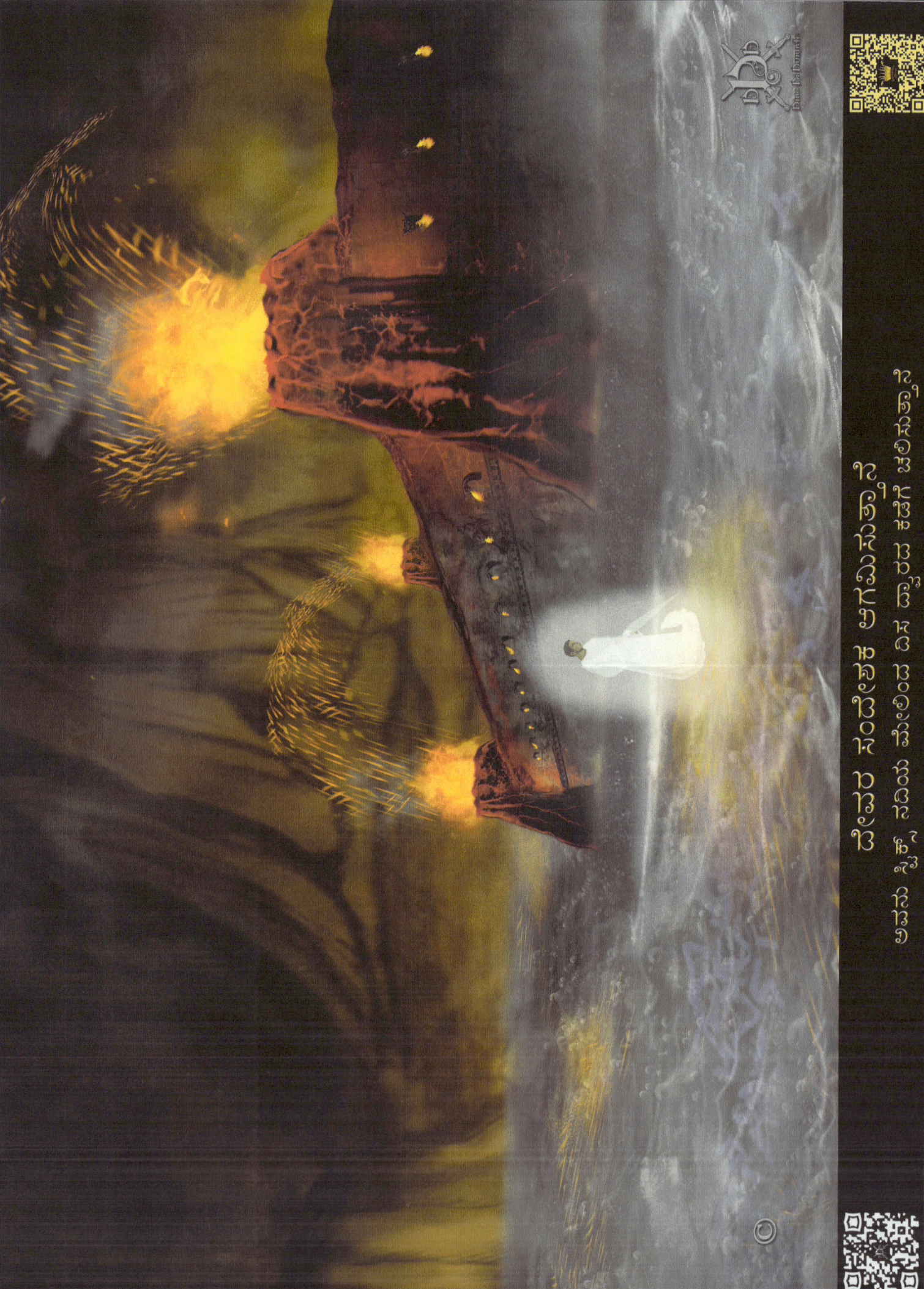

ದೇವತೆ ಎಲ್ ರಾಕ್ಷಸರನ್ನು ಕಳಿಸುತ್ತದೆ ಮತ್ತು ದಿಸ್ ದ್ವಾರಗಳನ್ನು ತೆರೆಯುತ್ತದೆ

ಡಾಂಟೆ ನಮಸ್ಕರಿಸುತ್ತಾನೆ ಮತ್ತು ಇಬ್ಬರು ಕವಿಗಳು ಕೆಳಗಿನ ನರಕವನ್ನು ಪ್ರವೇಶಿಸುತ್ತಾರೆ

ಮೆಡುಸಾ ಮತ್ತು ಅವಳ ಕೊನೆಯ ಬಲಿಪಶುಗಳು
ಪೊಲಿಡೆಕ್ಟಿಸ್ ಮತ್ತು ಅವನ ವರಿಷ್ಠರ ಶಿಲಾರೂಪದ ದೇಹಗಳು

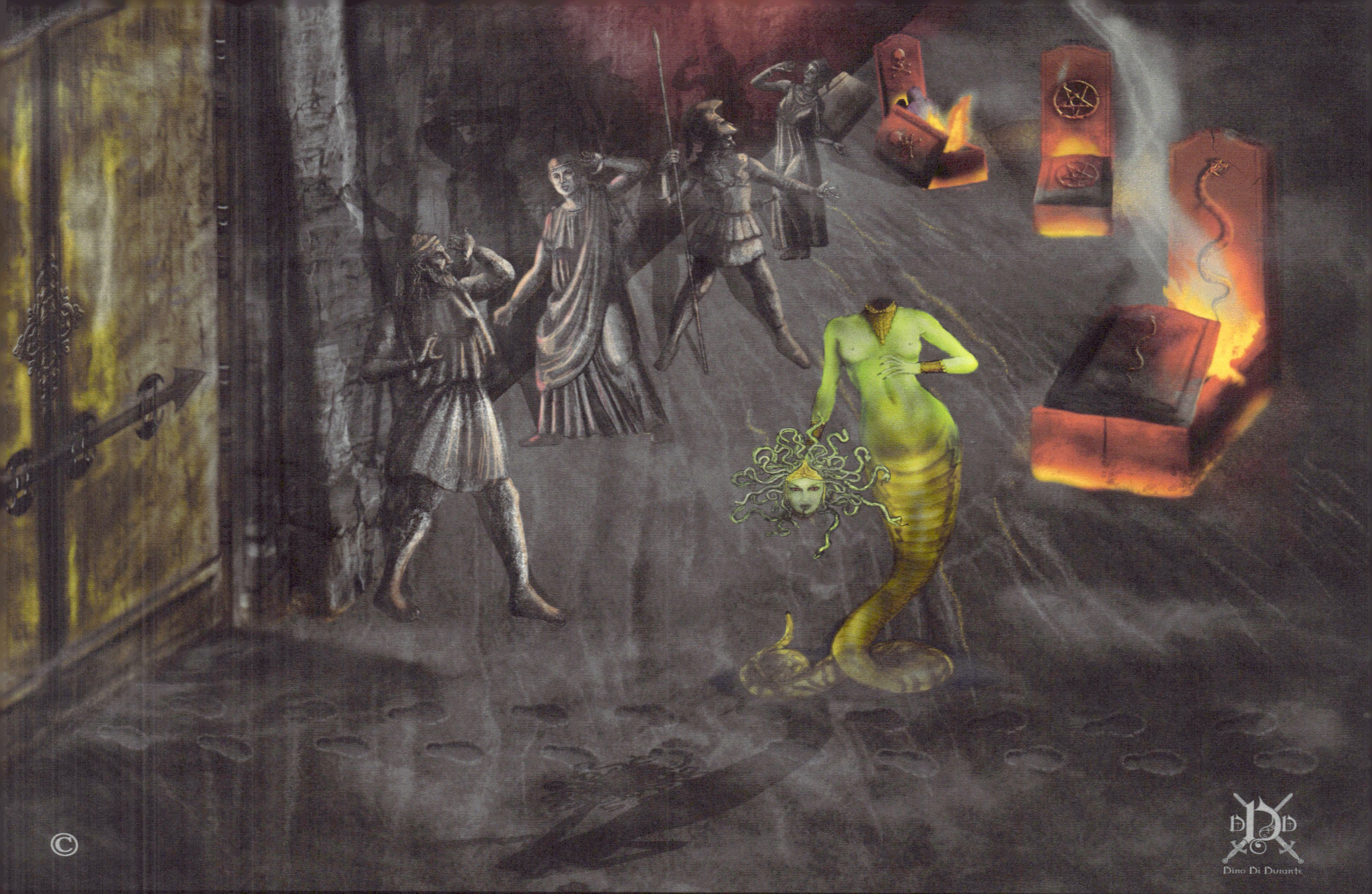

೬ ನೆ ವೃತ್ತ - ಪಾಷಂಡಿಗಳು

ಡಾಂಟೆ ಫಾರಿನಾಟಾ ಮತ್ತು ಕಾವಾಲ್ಕಾಂಟಿ ಜೊತೆ ಮಾತಾಡುತ್ತಾನೆ

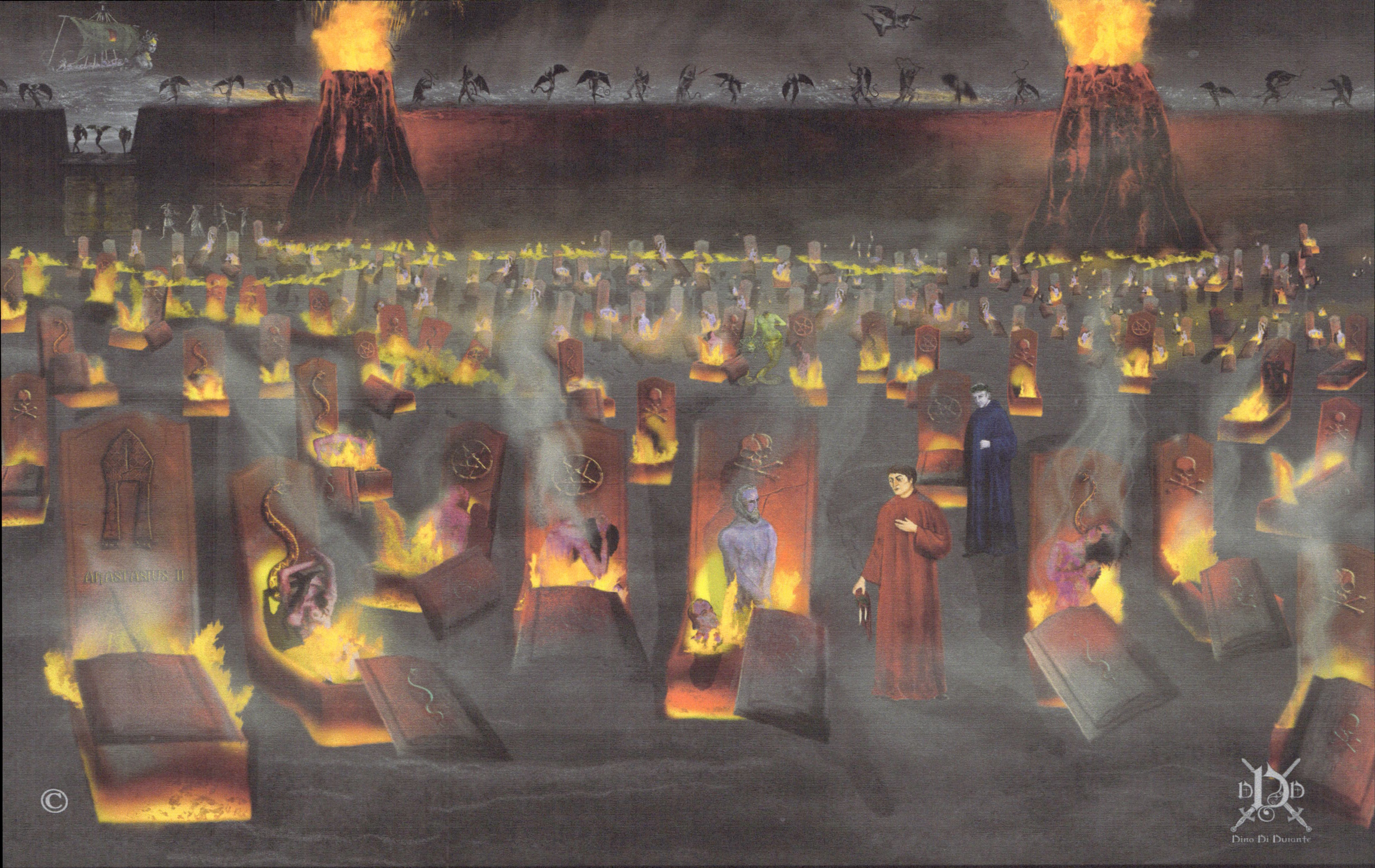

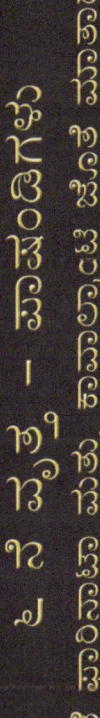

೭ ನೆ ವೃತ್ತ - ಹಿಂಸಕರ ರಕ್ಷಕ

ಅವರು ಭೂಕುಸಿತವನ್ನು ಇಳಿಯುತ್ತಿರುವಾಗ ನರವೃಷಭ ಡಾಂಟೆಯನ್ನು ಬೆದರಿಸುತ್ತಾನೆ

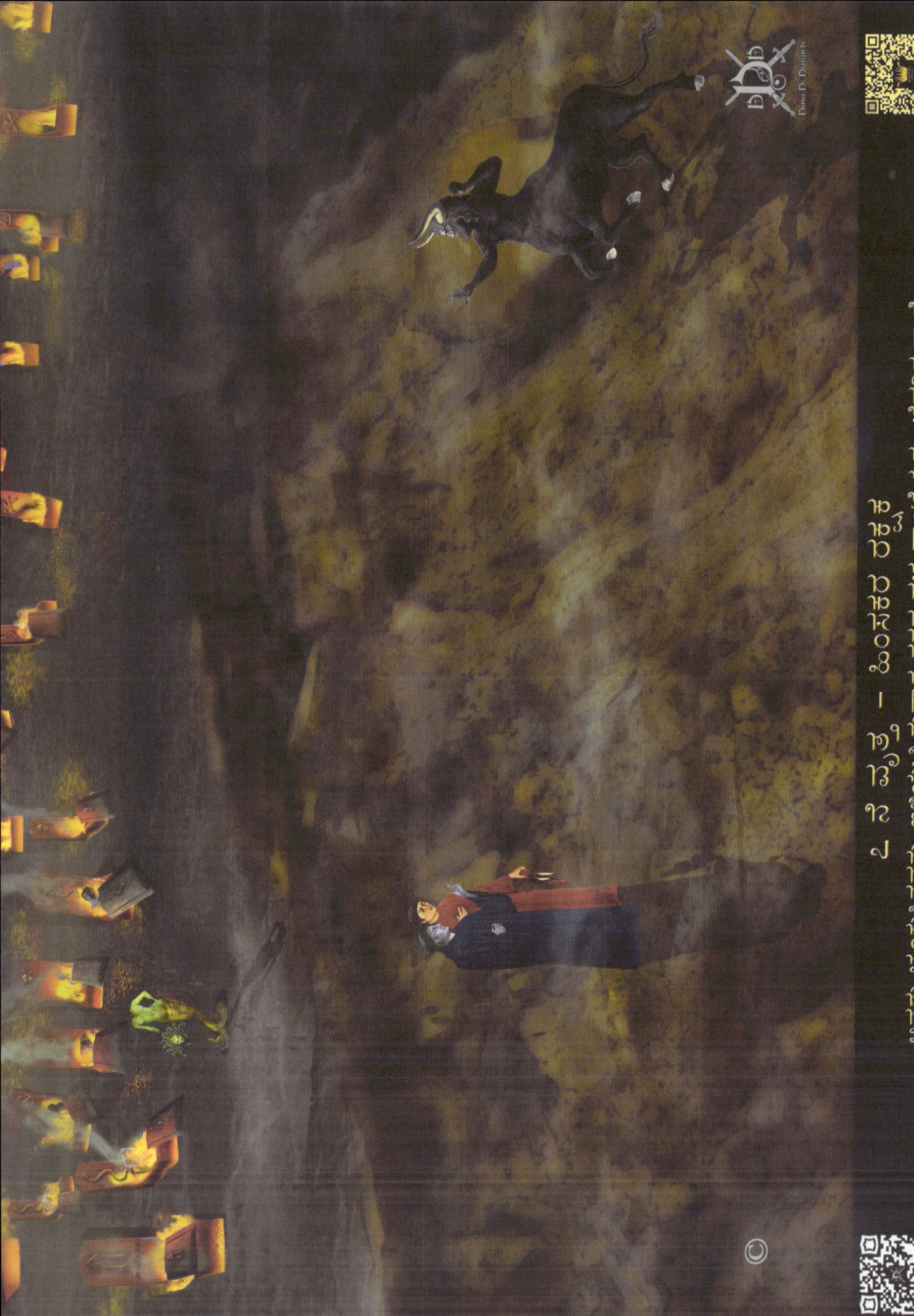

೭ ನೆ ವೃತ್ತ - ಭೂಕುಸಿತ

ಡಾಂಟೆ ಮತ್ತು ವರ್ಜಿಲ್ ಇಳಿಯುತ್ತಾರೆ ಮತ್ತು ಚೆರೊನ್ ಹಾಗು ನೆಸ್ಸುಸನ್ನು ಭೇಟಿಮಾಡುತ್ತಾರೆ

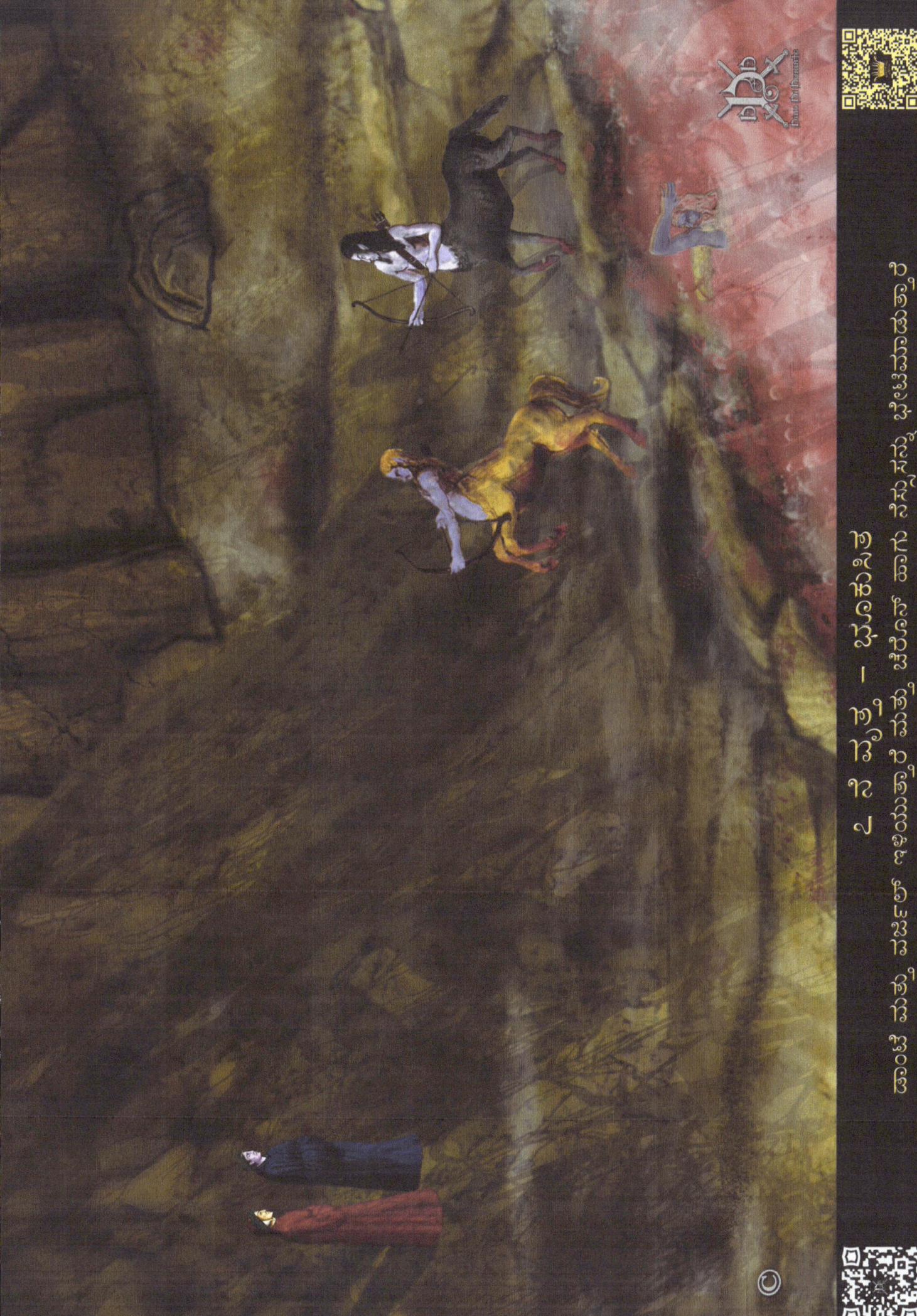

೭ ನೆ ವೃತ್ತ - ೧ ನೆ ರಿಂಗ್ - ಕುದಿಯುವ ರಕ್ತದಲ್ಲಿರುವ ಕೊಲೆಗಾರರು

ವರ್ಜಿಲ್ ತೇಲುತ್ತಾನೆ. ನೆಸ್ಸಸ್ ಡಾಂಟೆಯನ್ನು ಫ್ಲೆಗೆಥೊನ್ ನದಿಯನ್ನು ದಾಟಿಸುತ್ತಾನೆ

೭ ನೆ ವೃತ್ತ - ೨ ನೆ ರಿಂಗ್ - ಆತ್ಮಹತ್ಯೆ ಮಾಡಿಕೊಂಡಿರುವವರು ಮತ್ತು ದುಂದುಗಾರರು

ಡಾಂಟೆ ಒಂದು ಟೊಂಗೆಯನ್ನು ಮುರಿಯುತ್ತಾನೆ ಮತ್ತು ಪೈಯರ್ ಡೆಲ್ಲಿ ವಿಗ್ನೆ ರಕ್ತಸುರಿಸುತ್ತಾನೆ

೩ ನೆ ರಿಂಗ್ - ಜ್ವಾಲೆಯ ಮಳೆ ಕೆಳಗೆ ಹಿಂಸಾತ್ಮಕ

ಬ್ಲಾಸ್ಫೆಮರ್ಸ್, ಸೊದೊಮೈಟ್ಸ್ ಮತ್ತು ಅಸ್ಯುರೆರ್ಸ್

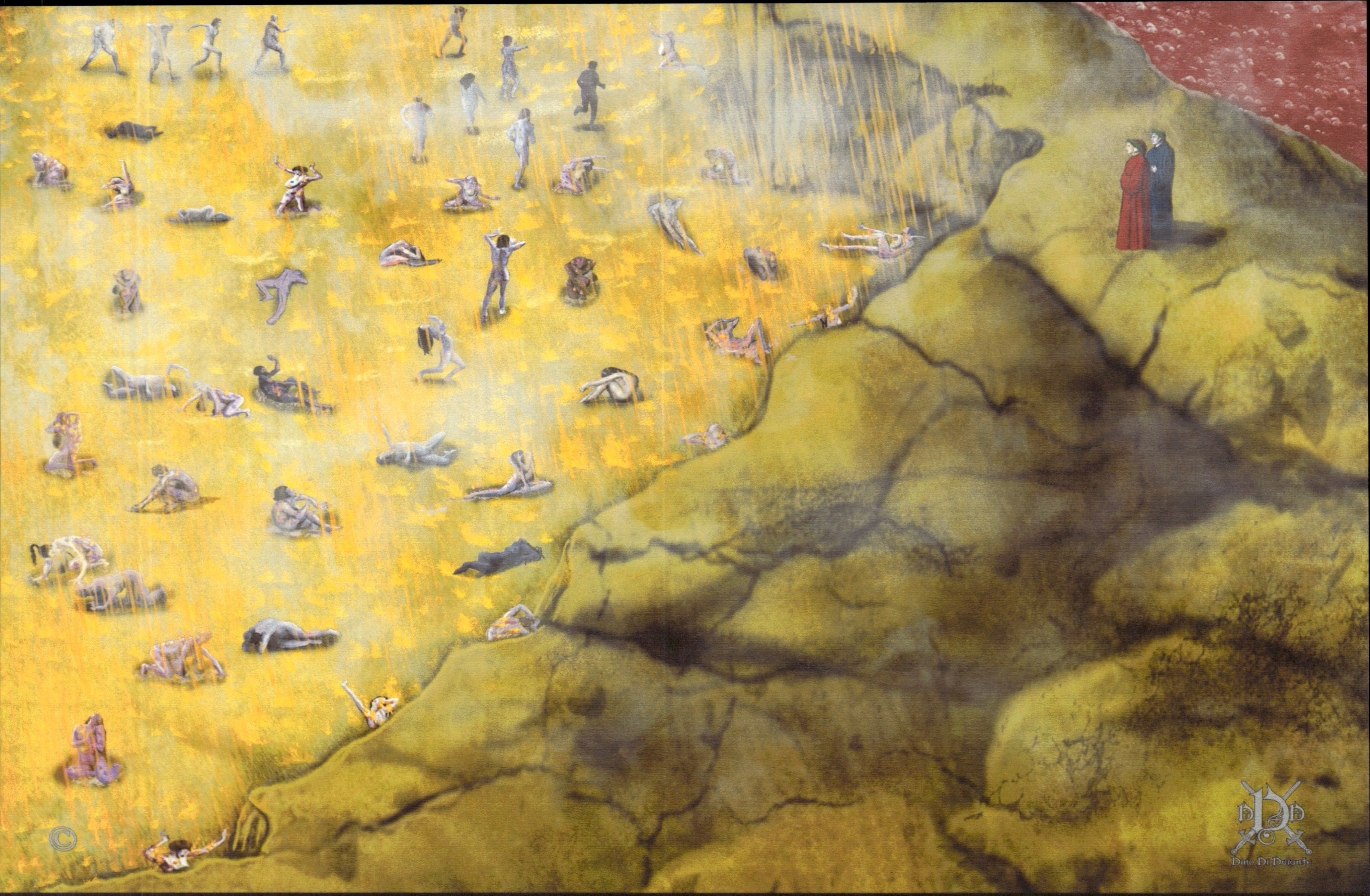

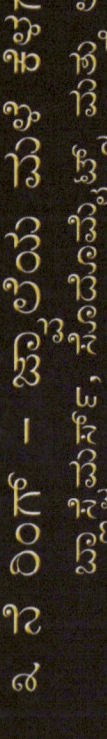

ಪ್ರಪಾತ

ವರ್ಜಿಲ್ ಡಾಂಟೆಯ ಹಗ್ಗವನ್ನು ಅಂಚಿನ ಮೇಲೆ ಎಸೆದು ಗೆರ್ಯೊನಿಗೆ ಸಂಕೇತಿಸುತ್ತಾನೆ

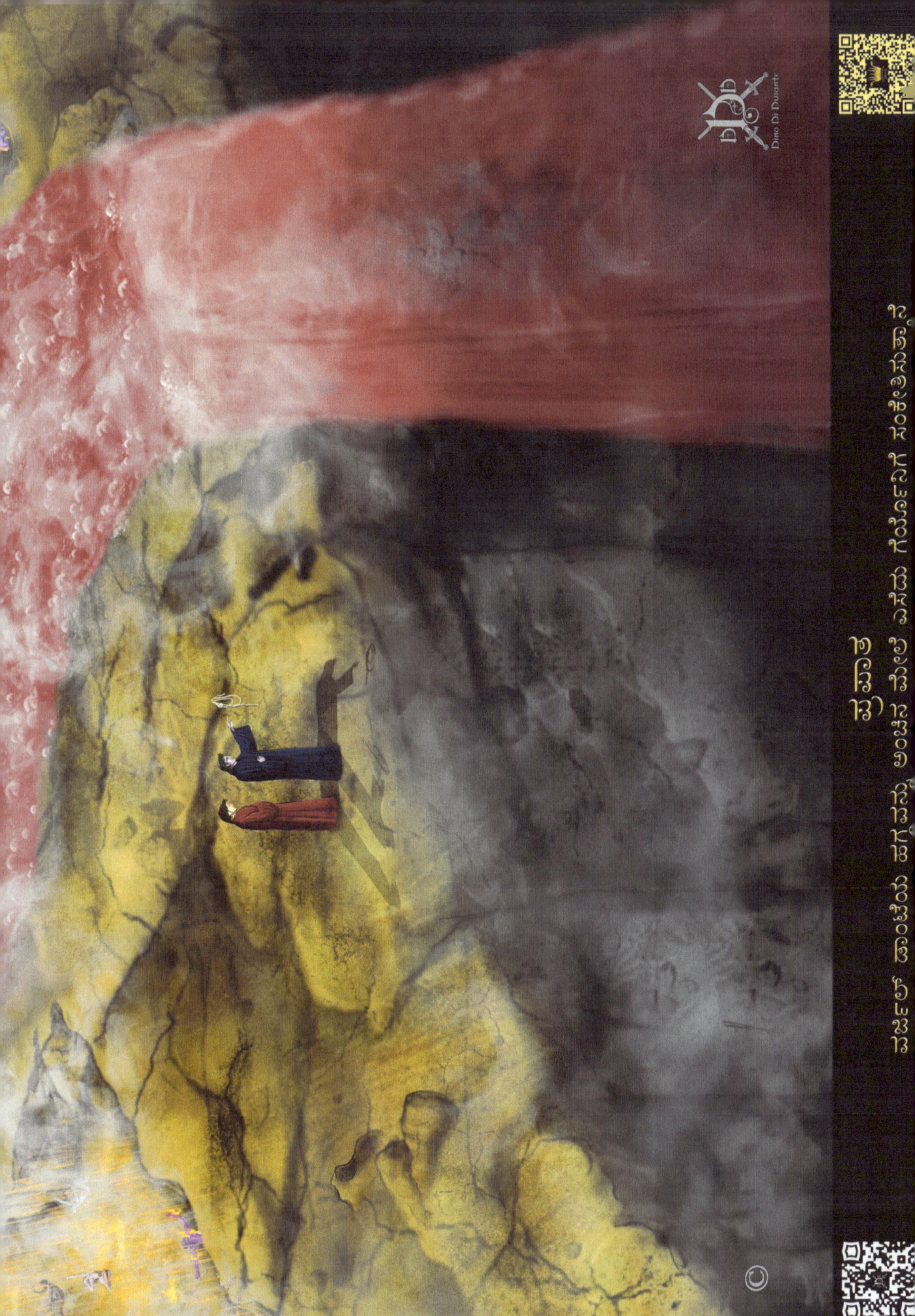

ಗೆರ್ಯೋನ್ ಪ್ರವೇಶಿಸುತ್ತಾನೆ

ಡಾಂಟೆ ಮತ್ತು ವರ್ಜಿಲ್ ಗೆರ್ಯೋನ್ ಬೆನ್ನಿನ ಸವಾರಿ ಮಾಡಿ ಮೇಲಿಬೊಲ್ಜಗೆ ಹೋಗುತ್ತಾರೆ

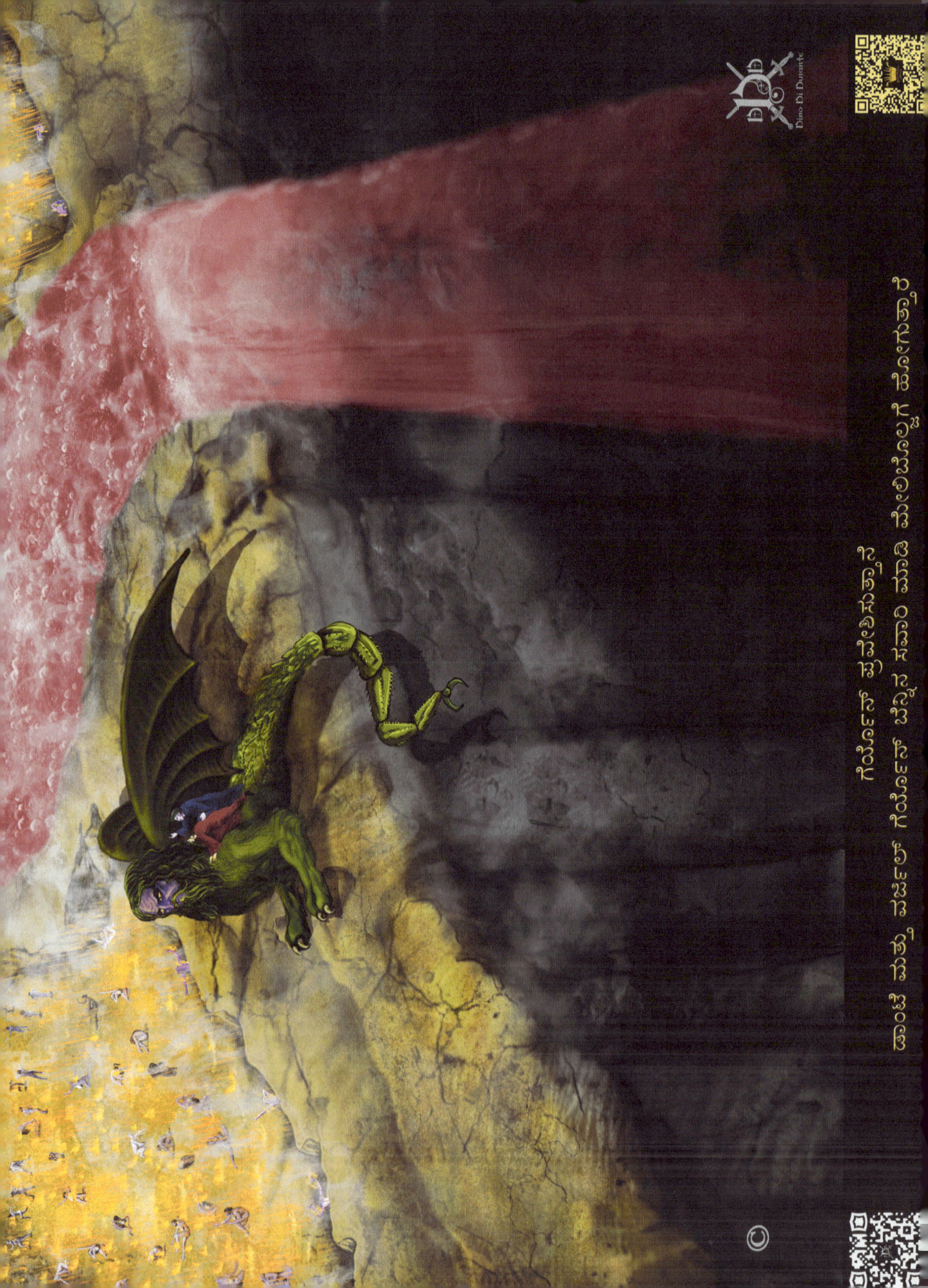

ಗೆರ್ಯೋನ್ ಲೋಕ

ಡಾಂಟೆ ಮತ್ತು ವರ್ಜಿಲ್ ಮೇಲಿಬೊಲ್ಜನಲ್ಲಿ ಇಳಿಯುತ್ತಾರೆ

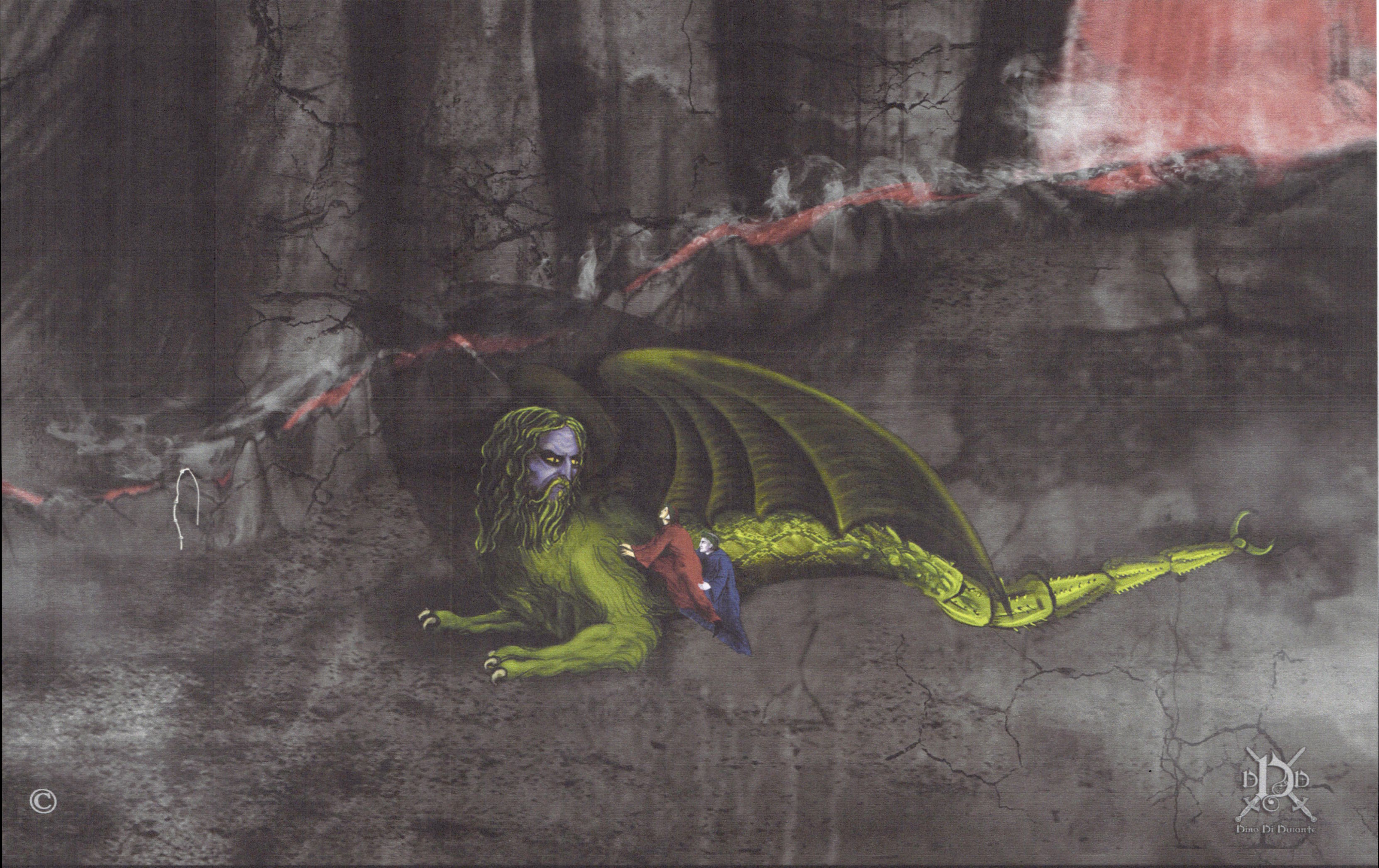

೮ ನೆ ವೃತ್ತ: ಮೇಲಿಬೊಲ್ಜ, ಮತ್ತು ೯ ನೆ ವೃತ್ತ ಕೆಳಗೆ

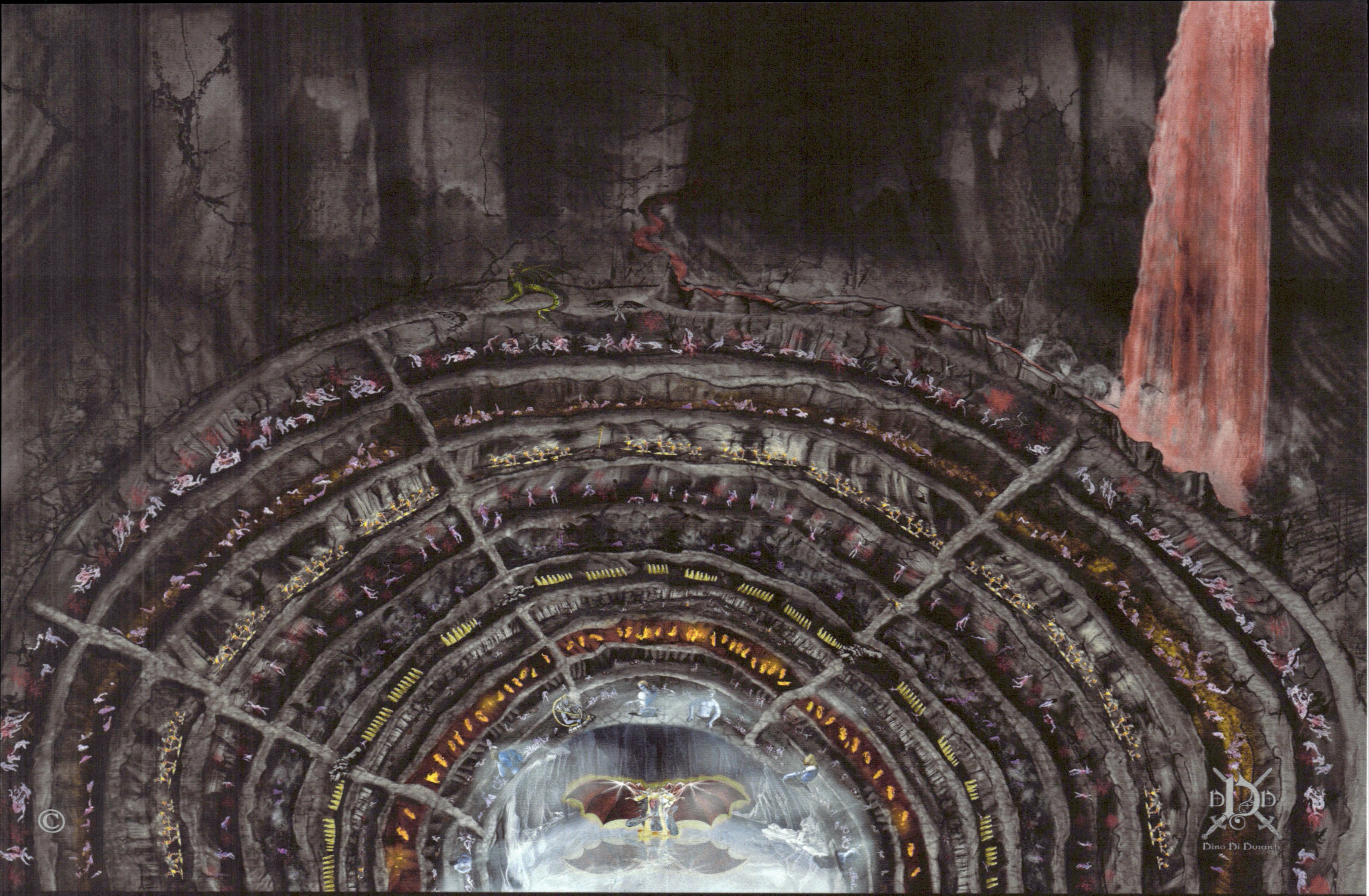

೮ ನೆ ವೃತ್ತ, ಮೇಲಿಬೊಲ್ಜ, ಮೋಸಗಾರರು – ಕಮರಿ ೧

ದುರುದ್ದೇಶಕರು ಮತ್ತು ಅತ್ಯಾಚಾರಿಗಳನ್ನು ರಾಕ್ಷಸರು ಚಾಟಿಯಿಂದ ಹೊಡೆಯುತ್ತಾರೆ

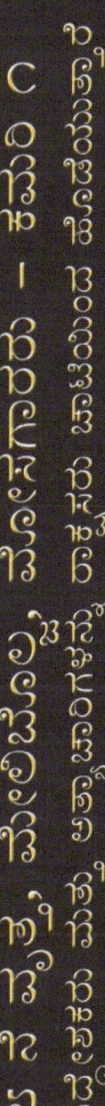

೮ ನೆ ವೃತ್ತ, ಮೇಲಿಬೊಲ್ಜ, ಮೋಸಗಾರರು: ಕಮರಿ ೨

ಹೊಗಳುಭಟ್ಟರು ಮಲದ ಸರೋವರದಲ್ಲಿ

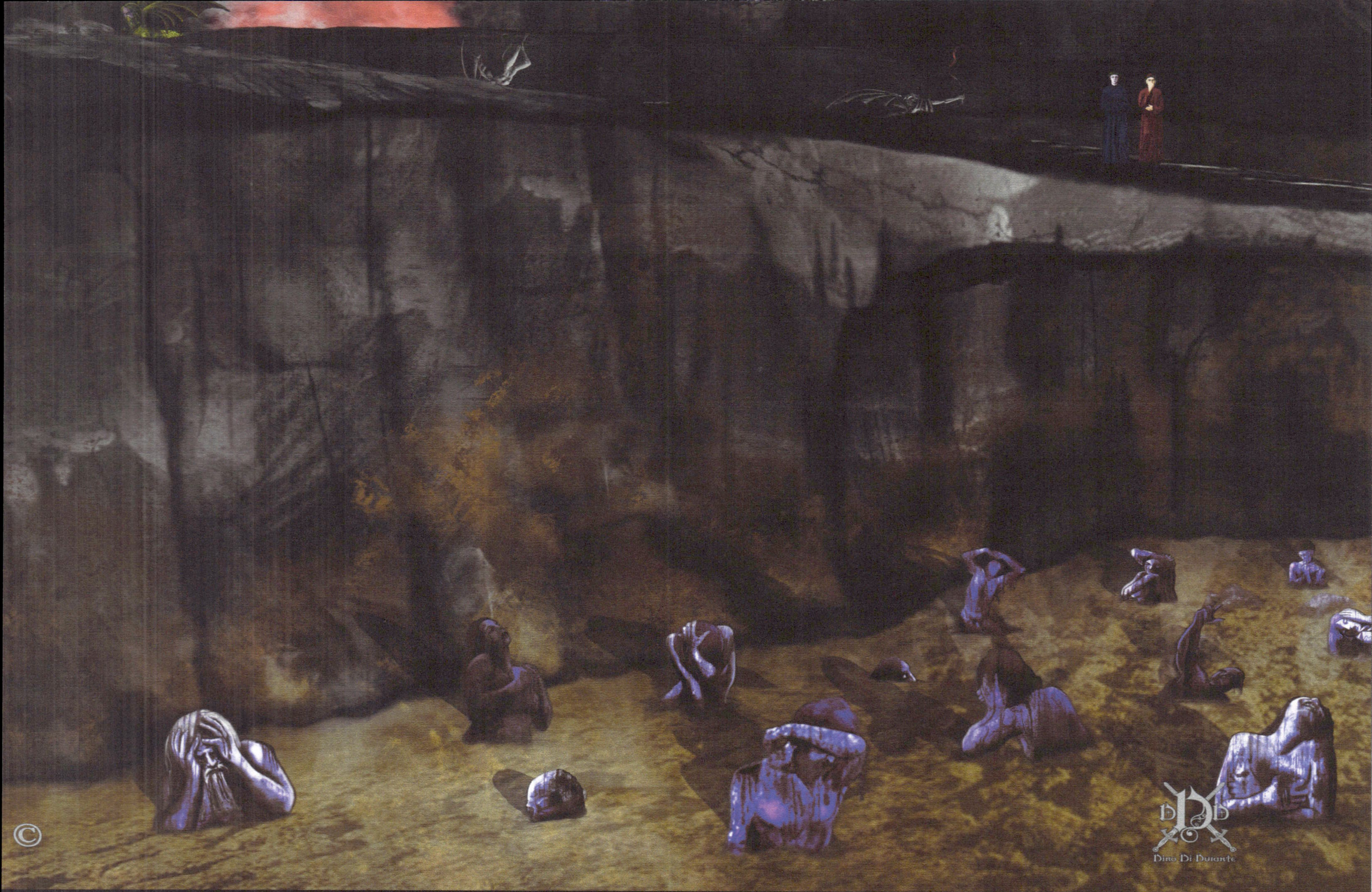

೮ ನೆ ವೃತ್ತ, ಮೇಲಿಬೊಲ್ಜ, ಮೋಸಗಾರರು: ಕಮರಿ ೩

ಧರ್ಮಾಧಿಕಾರದ ಮಾರಾಟ ಮಾಡುವರನ್ನು ಕಾಲಿಗೆ ಬೆಂಕಿ ಹಚ್ಚಿ ರಂಧ್ರಗಳಲಿ ತಲೆಕೆಳಗಾಗಿಸಲಾಗಿದೆ

೮ ನೆ ವೃತ್ತ, ಮೇಲಿಬೊಲ್ಜ, ಮೋಸಗಾರರು: ಕಮರಿ ೪

ಮಾಯಾವಿಗಳು, ಜ್ಯೋತಿಷಿಗಳು, ಮತ್ತು ಸುಳ್ಳು ಪ್ರವಾದಿಗಳು

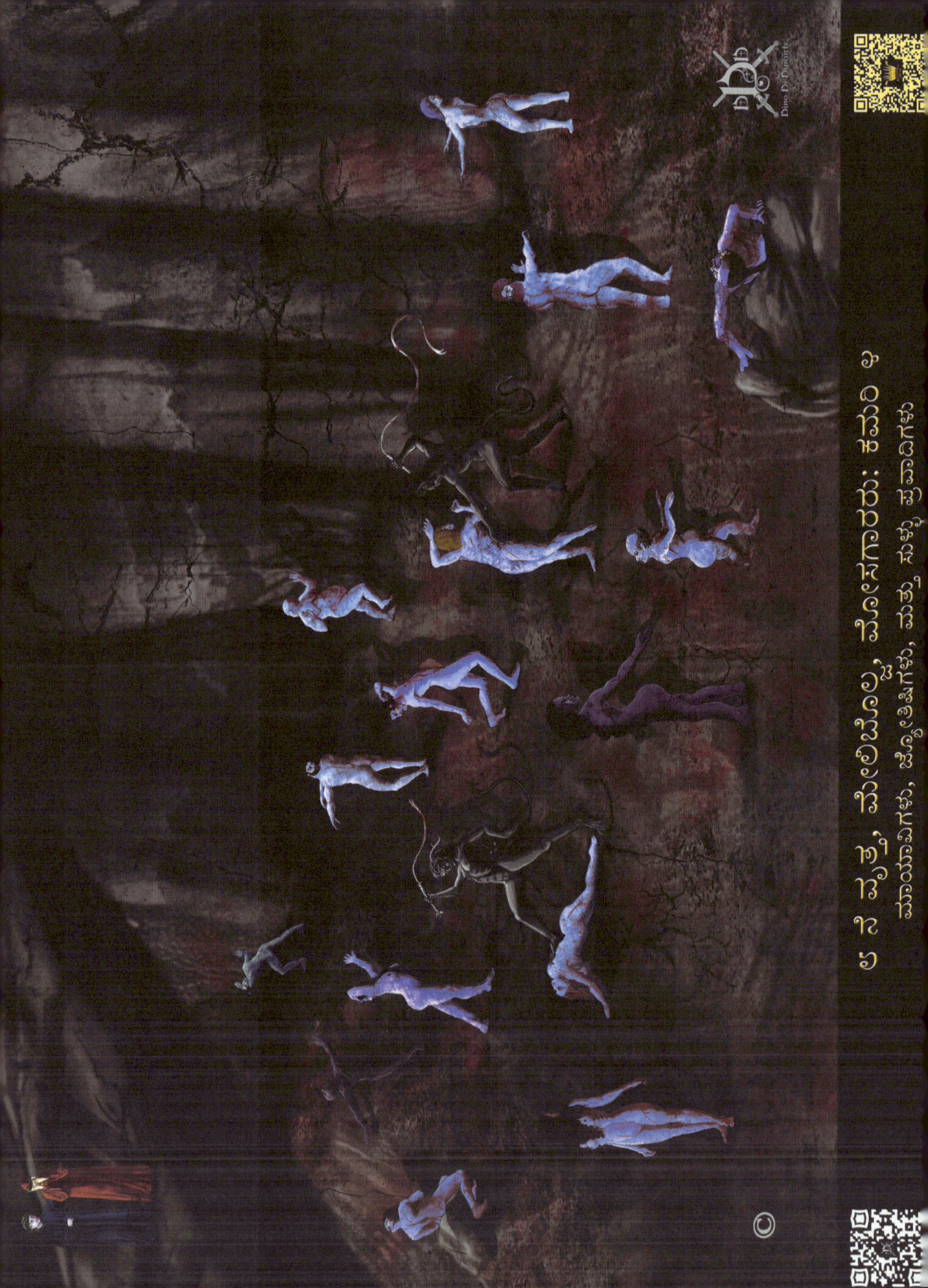

೮ ನೆ ವೃತ್ತ, ಮೇಲಿಬೊಲ್ಜ, ಮೋಸಗಾರರು: ಕಮರಿ ೫

ಭ್ರಷ್ಟರು: ಲಂಚಕೋರರಾದ ರಾಜಕಾರಣಿಗಳು ಸುಡುವ ಟಾರಿನ ಸರೋವರದಲ್ಲಿ

೮ ನೆ ವೃತ್ತ, ಮೇಲಿಬೊಲ್ಜ, ಮೋಸಗಾರರು: ಕಮರಿ ೬

ಕಪಟಿಗಳು: ಕೆಲುವೊಬ್ಬರು ಲೋಹದ ಕವಚವನ್ನು ಹಾಕಿದ್ದಾರೆ, ಅನ್ಯರನ್ನು ಶಿಲುಬೆಗೊಳ್ಳಿಸಲಾಗಿದೆ

೮ ನೆ ವೃತ್ತ, ಮೇಲಿಬೊಲ್ಜ, ಮೋಸಗಾರರು: ಕಮರಿ ೬

ಕಪಟಿಗಳು: ವರ್ಜಿಲ್ ಡಾಂಟೆಗೆ ಆಳವಾದ ಕಲ್ಲಿನಿಂದ ಹೊರಗೆ ಹೋಗುವ ದಾರಿ ತೋರುತ್ತಾನೆ

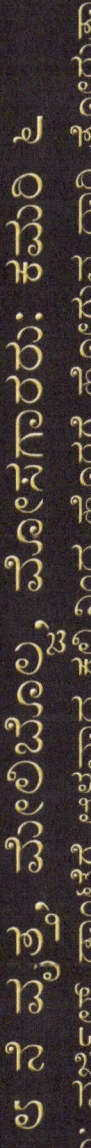

೮ ನೇ ವೃತ್ತ, ಮೇಲಿಬೊಲ್ಜ, ಮೋಸಗಾರರು: ಕಮರಿ ೭

ಕಳ್ಳರು ಶಾಶ್ವತವಾಗಿ ಮತ್ತೆ ಮತ್ತೆ ಸರೀಸೃಪಗಳಾಗುತ್ತಿರುತ್ತಾರೆ

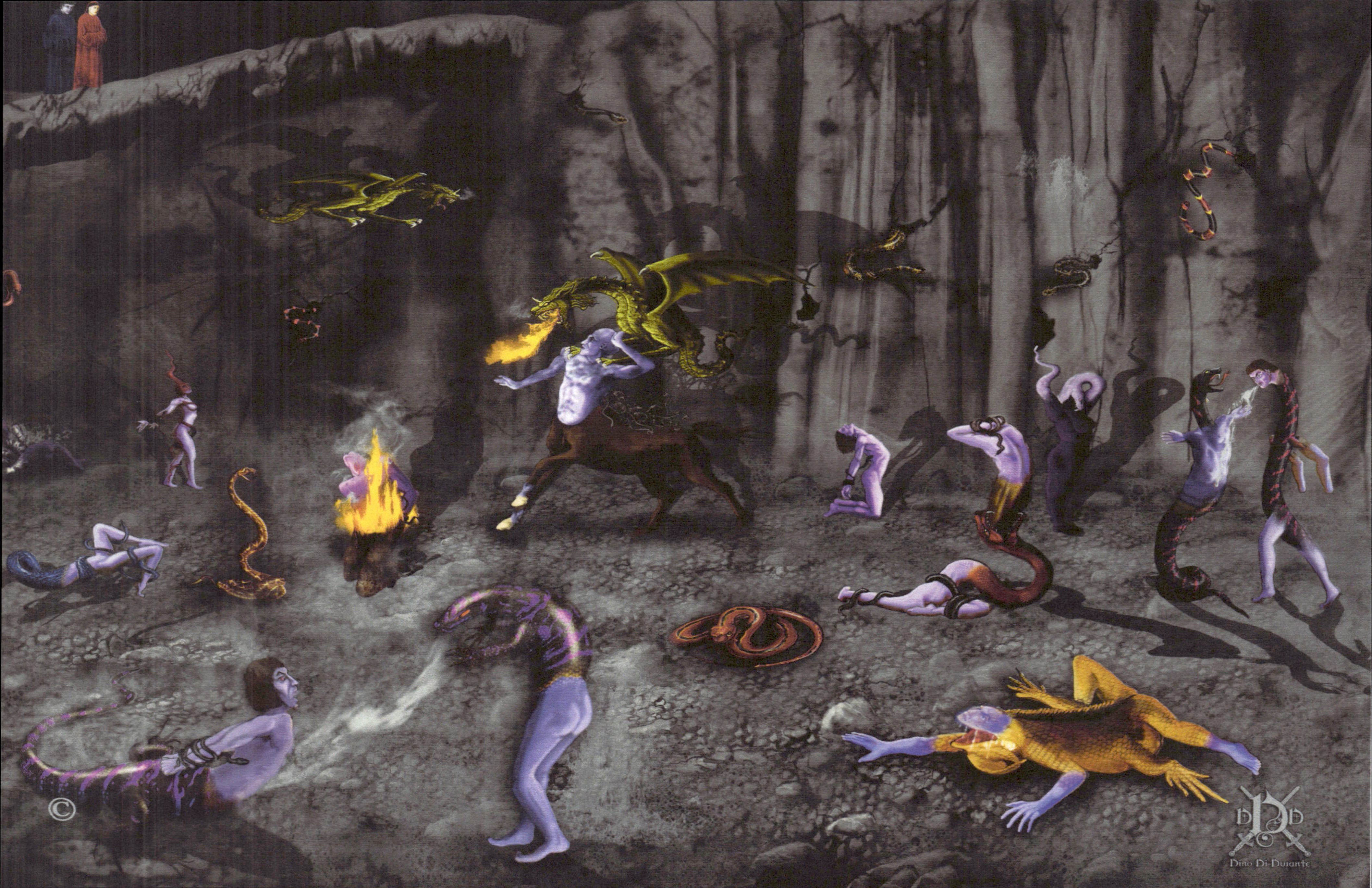

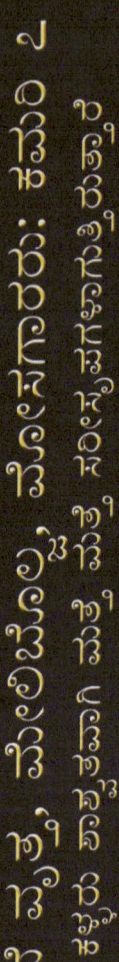

೮ ನೆ ವೃತ್ತ, ಮೇಲಿಬೊಲ್ಜ, ಮೋಸಗಾರರು: ಕಮರಿ ೮
ಕೆಟ್ಟ ಸಲಹೆಗಾರರು: ಉಲಿಸಿಸ್, ಡಿಯೊಮಿಡಿಸ್ ಮತ್ತು ಇತರರನ್ನು ಜ್ವಾಲೆ ಸುಡುತ್ತದೆ

೮ ನೆ ವೃತ್ತ, ಮೇಲಿಬೊಲ್ಜ್, ಮೋಸಗಾರರು: ಕಮರಿ ೯

ಅಪಶೃತಿ ಬಿತ್ತುವವರಿಗೆ ರಾಕ್ಷಸರು ಕತ್ತಿಗಳಿಂದ ಸಿಗಿಯುತ್ತಾರೆ

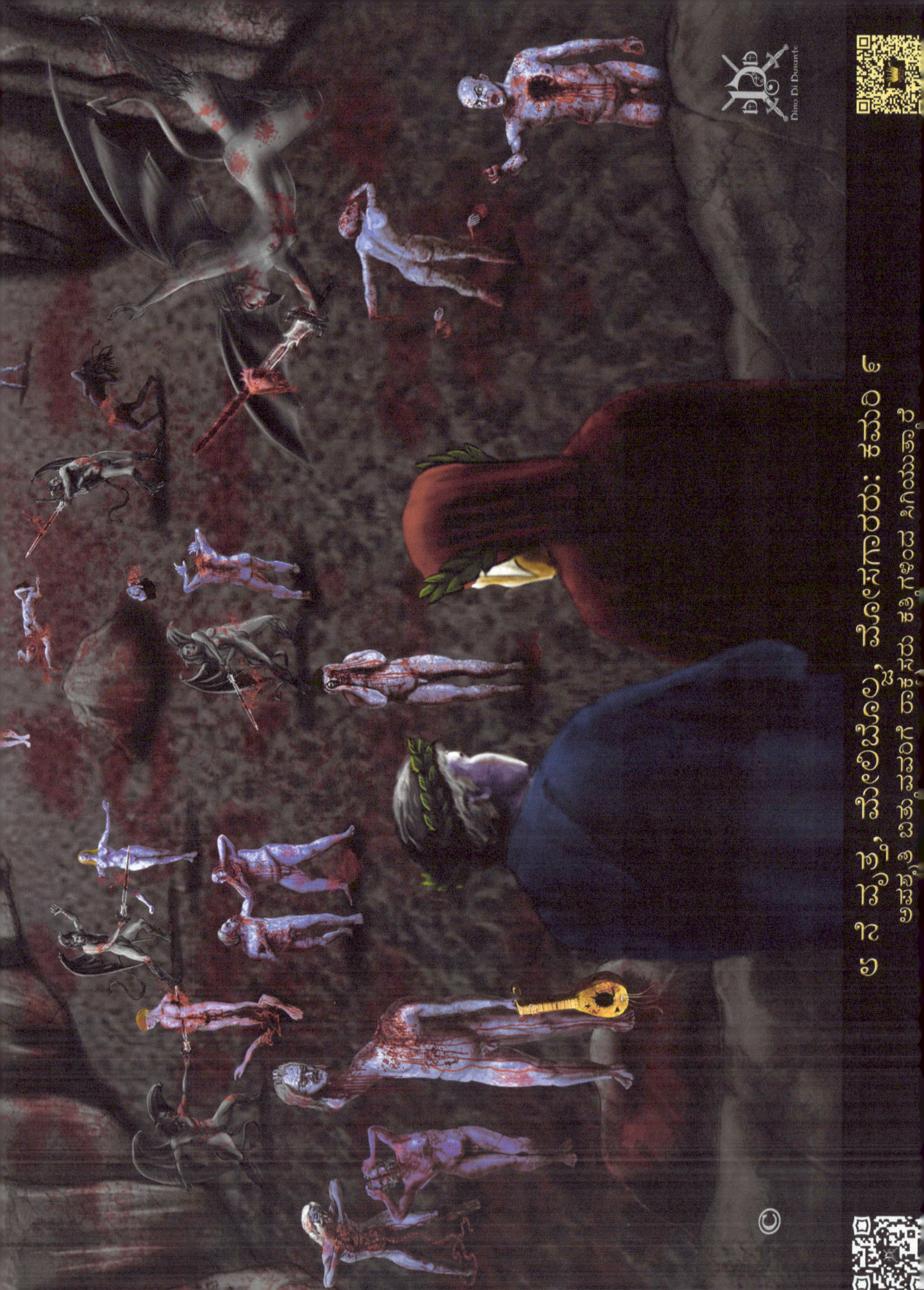

೮ ನೆ ವೃತ್ತ, ಮೇಲಿಬೊಲ್ಜ, ಮೋಸಗಾರರು: ಕಮರಿ ೧೦

ಸುಳ್ಳುಗಾರರು: ರಸವಾದಿಗಳು, ಕೃತಕರು, ವಂಚಕರು ಮತ್ತು ಅನ್ಯಾಯಿಗಳು

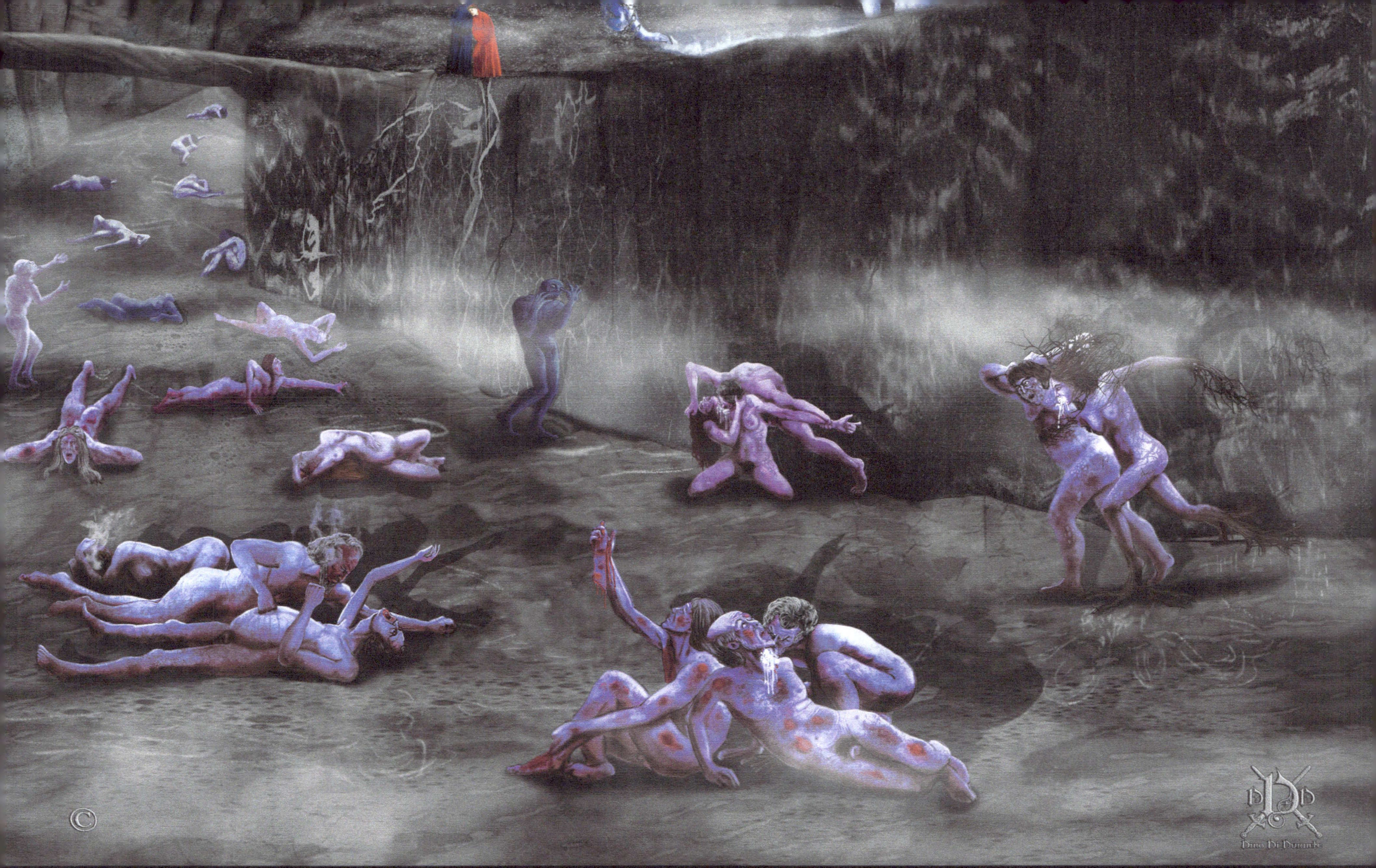

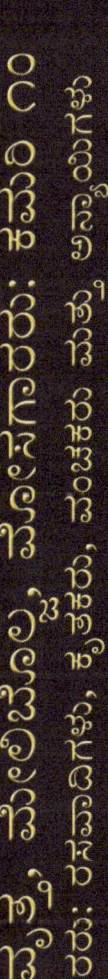

೯ ನೆ ವೃತ್ತದ ರಕ್ಷಕರು

ದೈತ್ಯರು: ಎಫಿಲೆಟ್ಸ, ಎನ್ಟೆಯಸ್ ಮತ್ತು ನಿಮ್ರೊಡ

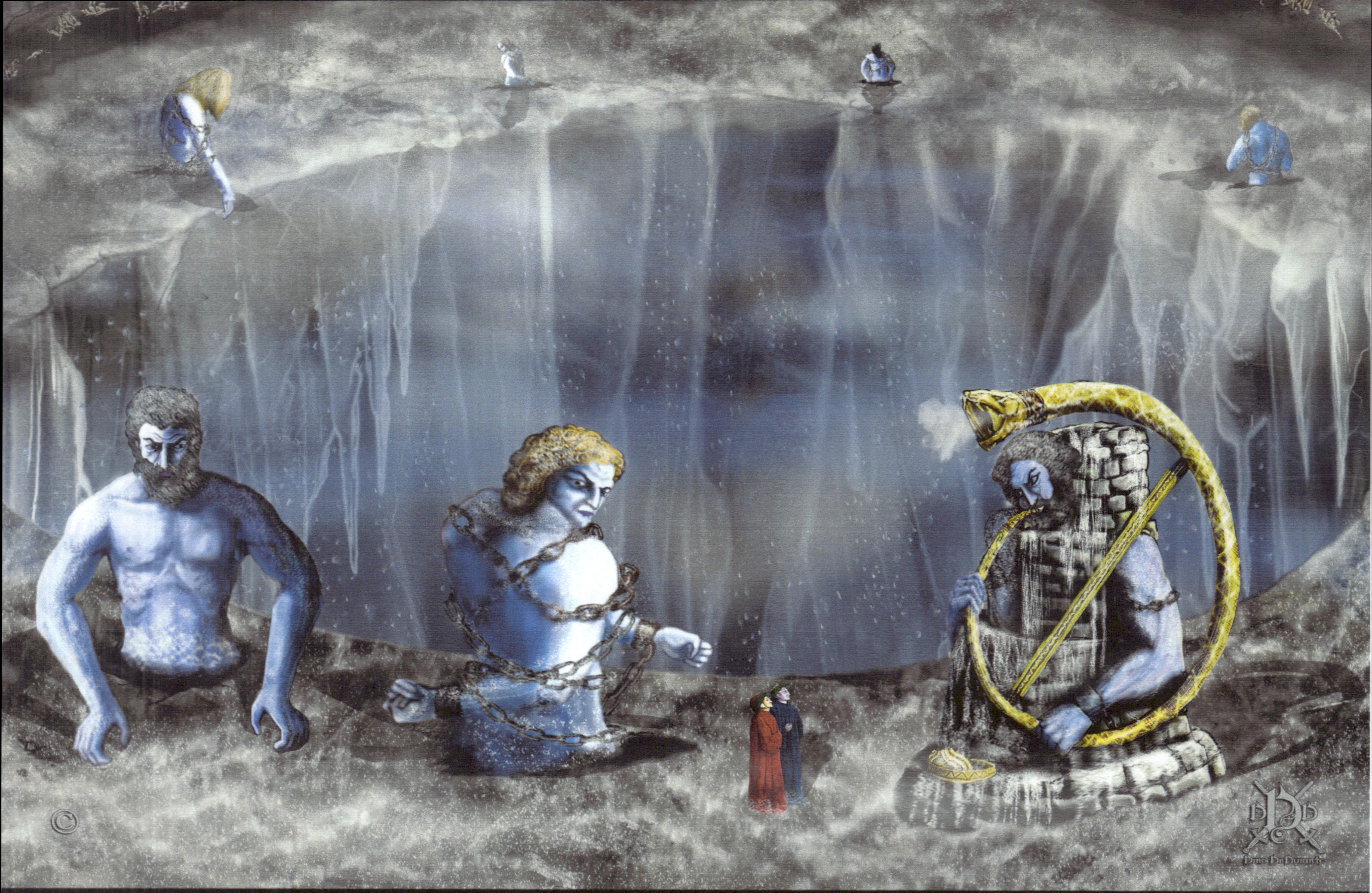

೯ ನೆ ವೃತ್ತ - ದ್ರೋಹಿಗಳು

ಕೌಂಟ್ ಉಗೊಲಿನೊ ಆರ್ಚಬಿಶಪ್ ರುಗ್ಗೆರಿಯ ಮಸ್ತಕವನ್ನು ಅಗಿಯುತ್ತಾನೆ

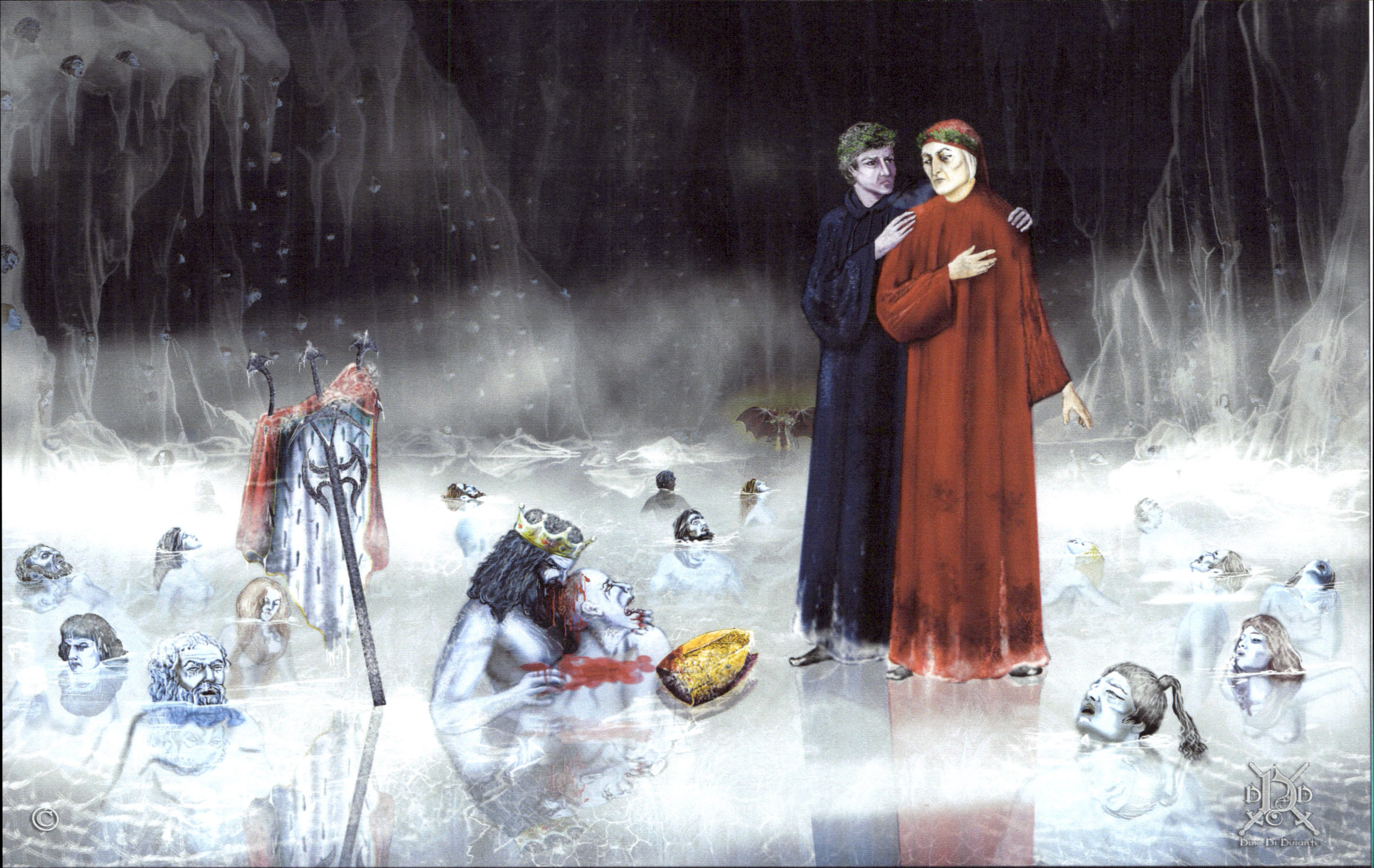

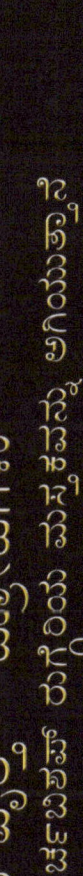

೯ ನೆ ವೃತ್ತ - ದ್ರೋಹಿಗಳು

ಮಂಜುಗಡ್ಡೆಯಲ್ಲಿ ಸೊಂಟದವರೆಗು ಸಮಾಧಿಯಾಗಿರುವ ಲುಸಿಫರ್ ಮೂರು ಪಾಪಿಗಳನ್ನು ಅಗಿಯುತ್ತಿದೆ

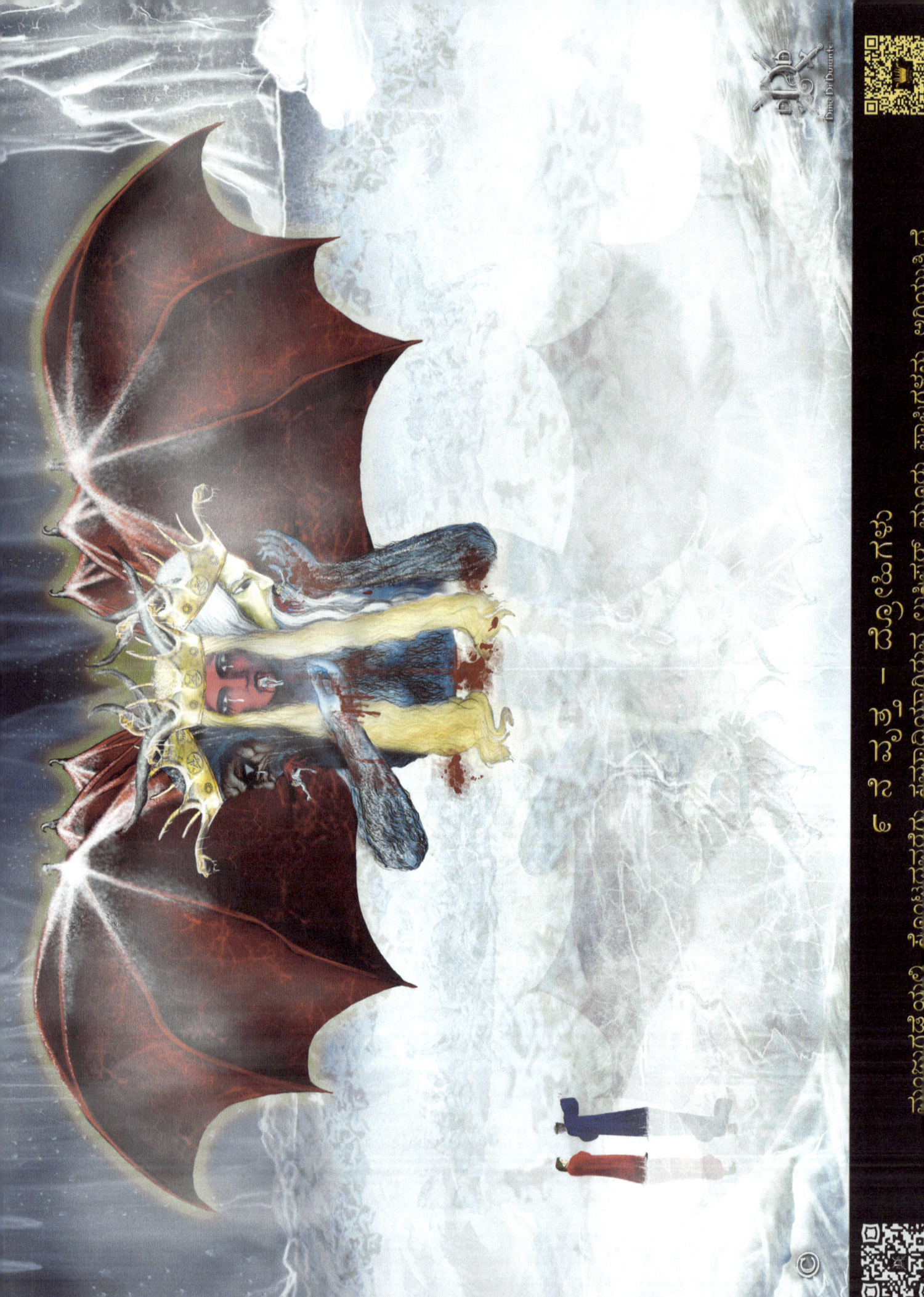

೯ ನೆ ವೃತ್ತ - ದ್ರೋಹಿಗಳು

ಚರ್ಮರಹಿತ ಲುಸಿಫರ್ ಜುಡಾಸ್, ಬ್ರೂಟುಸ್ ಮತ್ತು ಕೈಸಿಯಸನ್ನು ಅಗಿಯುತ್ತಿದೆ

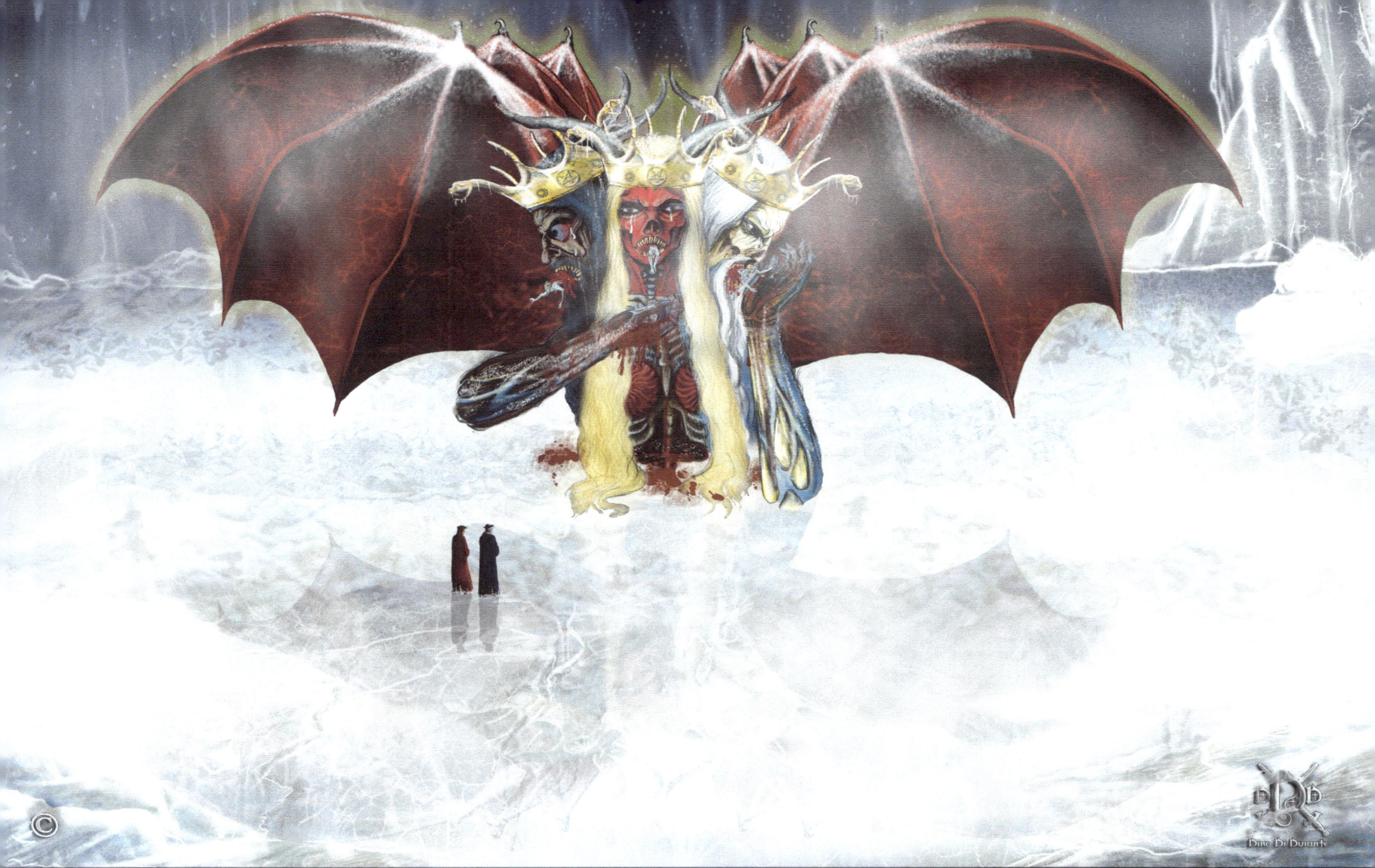

ಮಹಾನ್ ವಿಮೋಚನೆ

ವರ್ಜಿಲ್ ಡಾಂಟೆಯನ್ನು ಅವನ ಬೆನ್ನಿನ ಮೇಲೆ, ಕೆಳಗೆ ಮತ್ತು ಲುಸಿಫರನ್ನ ದೇಹದ ಮೇಲೆ ಸಾಗಿಸುತ್ತಾನ

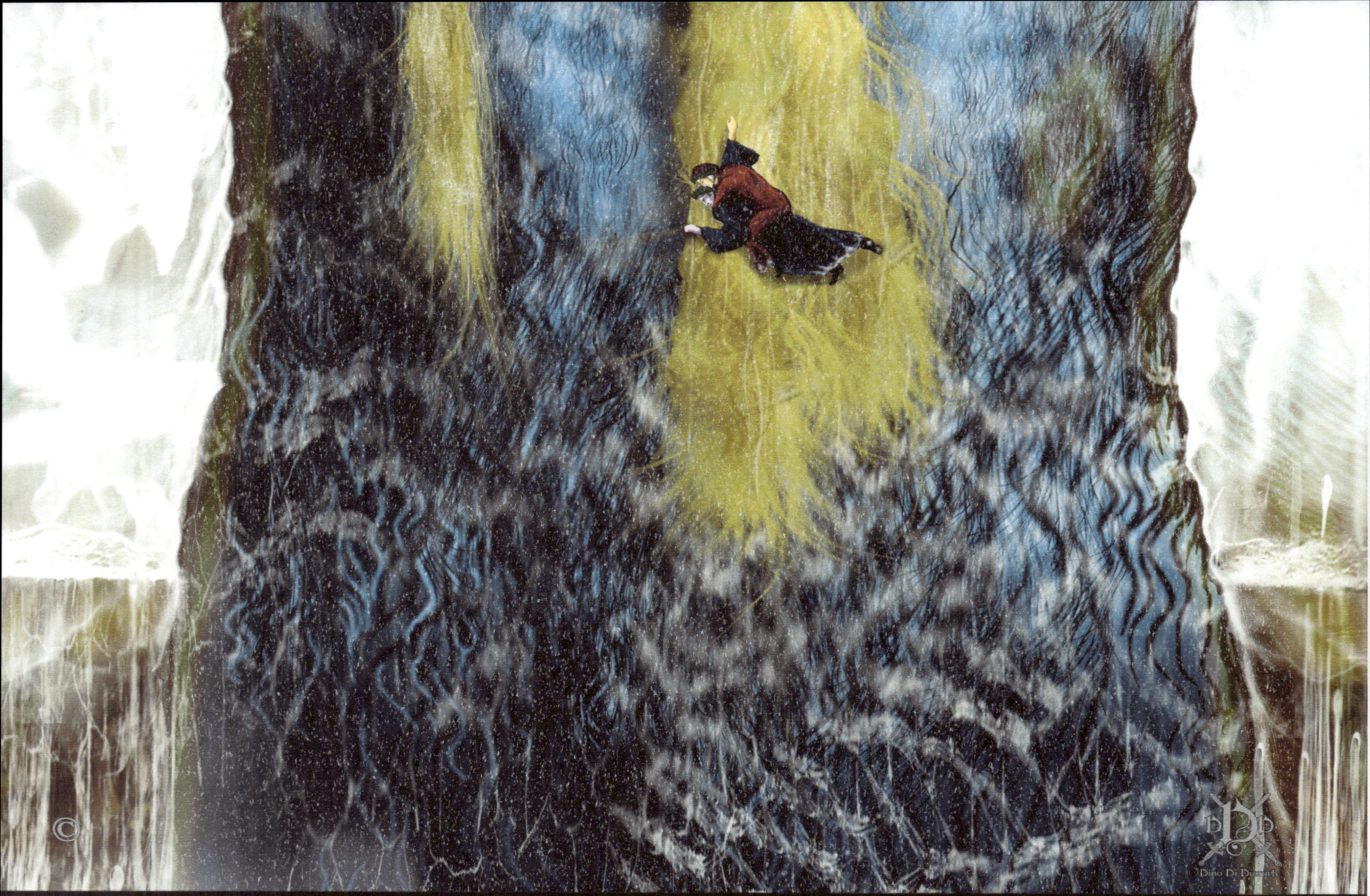

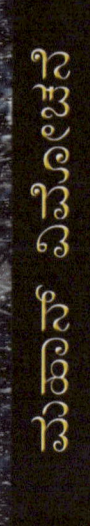

ನರಕದಿಂದ ಹೊರಗೆ ಲುಸಿಫರನ ದೇಹದ ಮೇಲೆ

ಡಾಂಟೆ ಮತ್ತು ವರ್ಜಿಲ್ ದಕ್ಷಿಣ ಗೋಲಾರ್ಧದಲ್ಲಿ ಪ್ರಕಟರಾಗುತ್ತಾರೆ

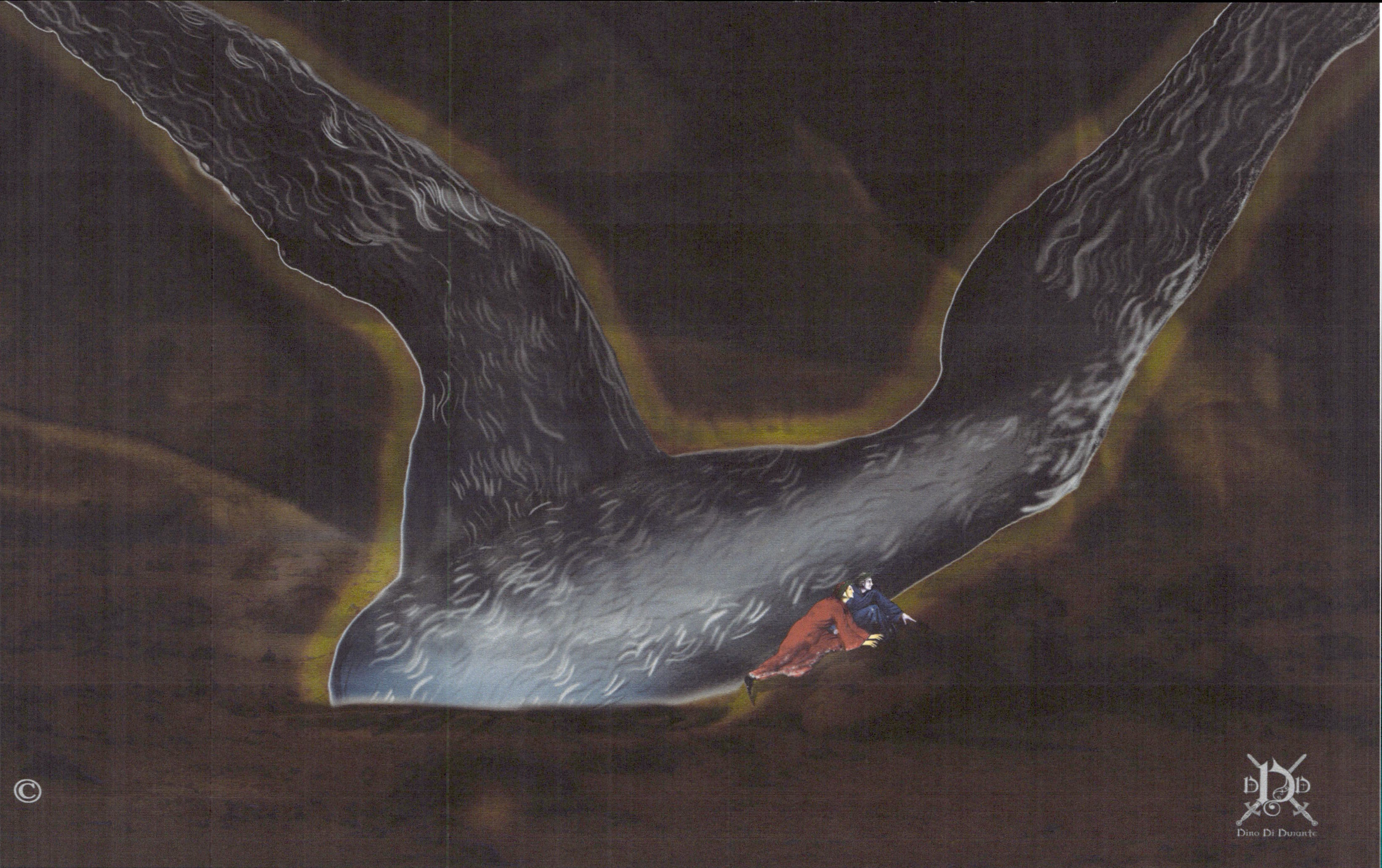

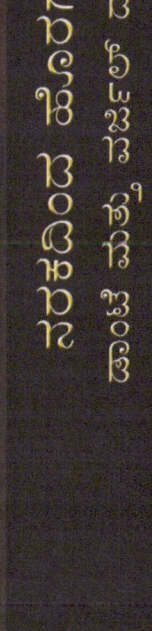

ನಿರ್ಗಮನದ ಕಡೆಗೆ

ಡಾಂಟೆ ಮತ್ತು ವರ್ಜಿಲ್ ಲುಸಿಫರನಿಂದ ದೂರ ನಡೆಯುತ್ತಾರೆ

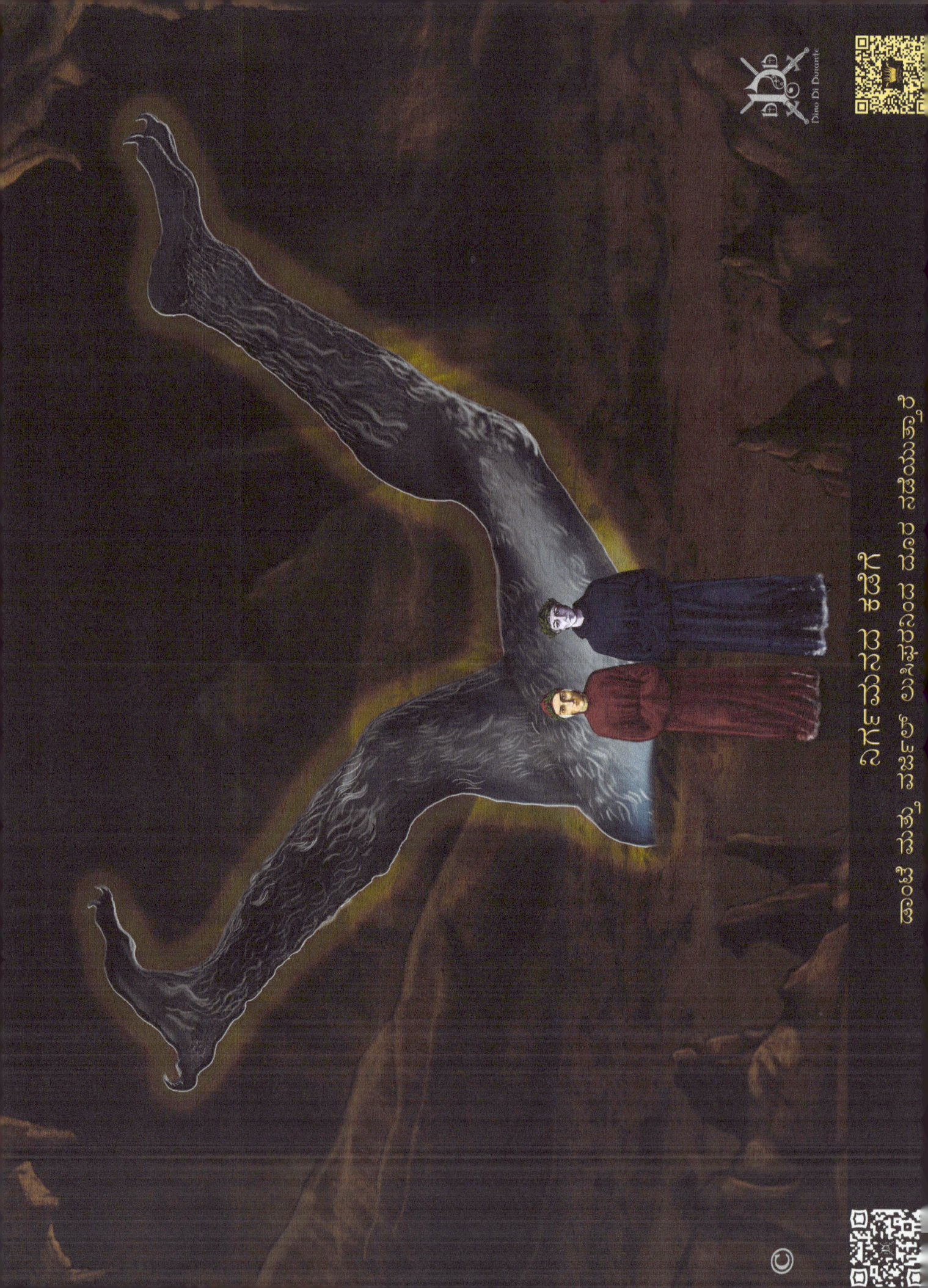

ನಿರ್ಗಮನದ ನಿಕಟ ಹೋಗುತ್ತಿರುವುದು

ಡಾಂಟೆ ಮತ್ತು ವರ್ಜಿಲ್ ಹೊರಗಿನ ಲೋಕ್ಕೆ ಹೊರಡುತ್ತಾರೆ

ಬೆಳಕಿನ ಮಿನುಗು

ಕವಿಗಳು ಒಂದು ಬಿರುಕಿನಿಂದ ಬೆಳಕು ಬರುವುದನ್ನು ಗಮನಿಸುತ್ತಾರೆ

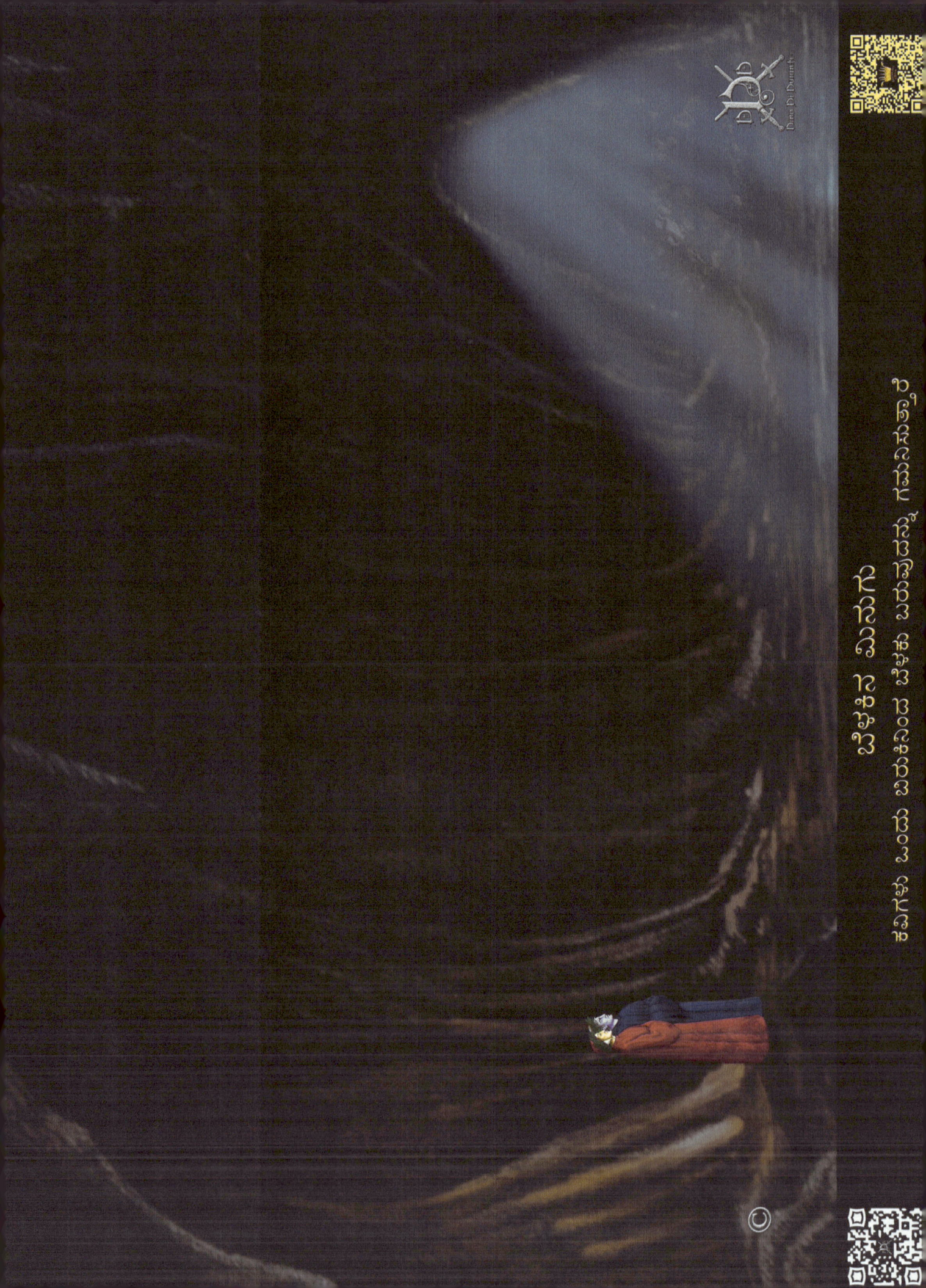

സൂಚಿಸುವ ಬೆಳಕು

ಡಾಂಟೆ ಮತ್ತು ವರ್ಜಿಲ್ ಬೆಳಕನ್ನು ಹಿಂಬಾಲಿಸುತ್ತಾರೆ

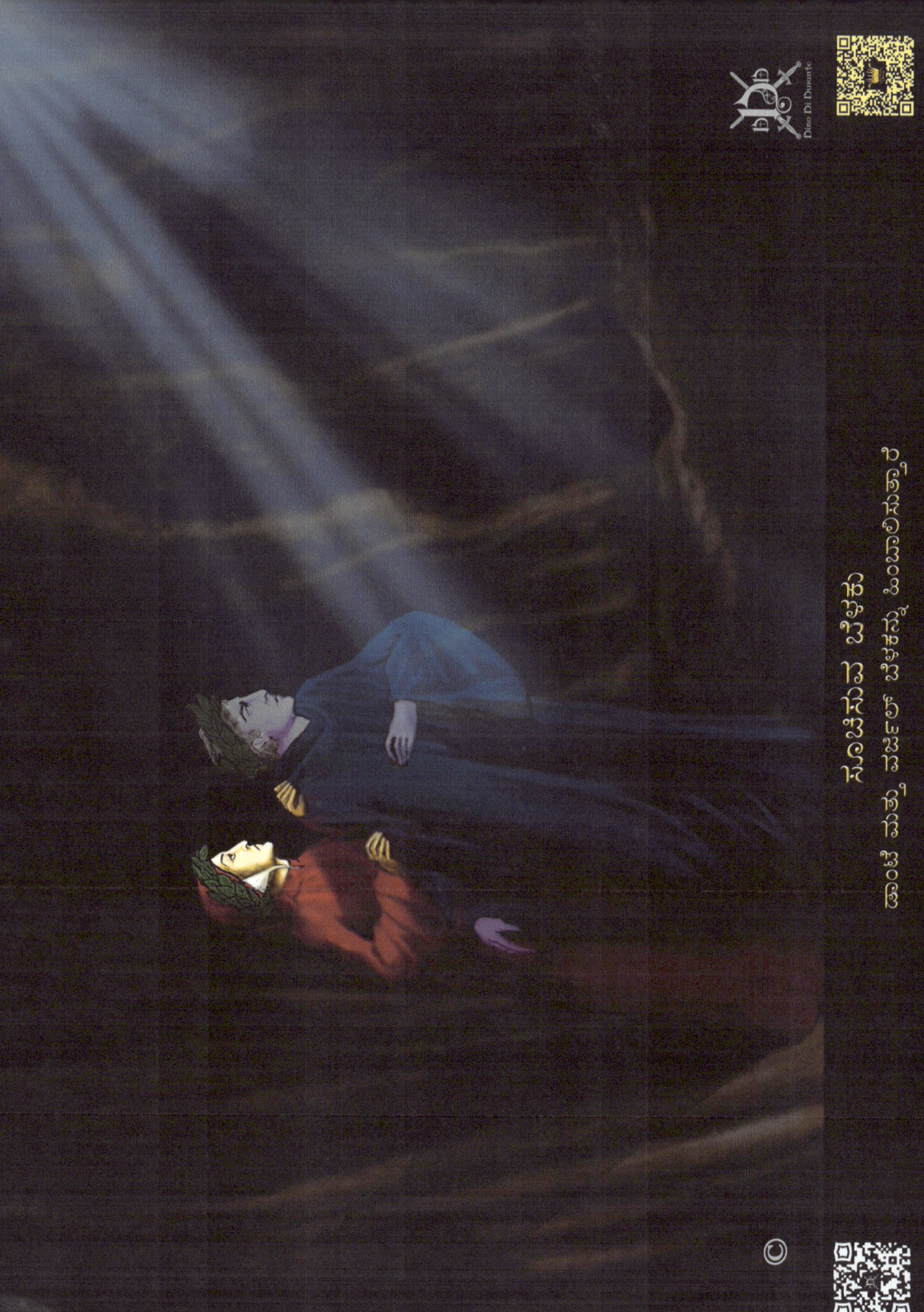

ನಕ್ಷತ್ರಗಳು

ಡಾಂಟೆ ಮತ್ತು ವರ್ಜಿಲ್ ನಾಕ್ಷತ್ರಿಕ ಬೆಳಕಿನ ಮಾರ್ಗದರ್ಶನದಿಂದ ಹೊರಗೆ ಹೋಗುತ್ತಾರೆ

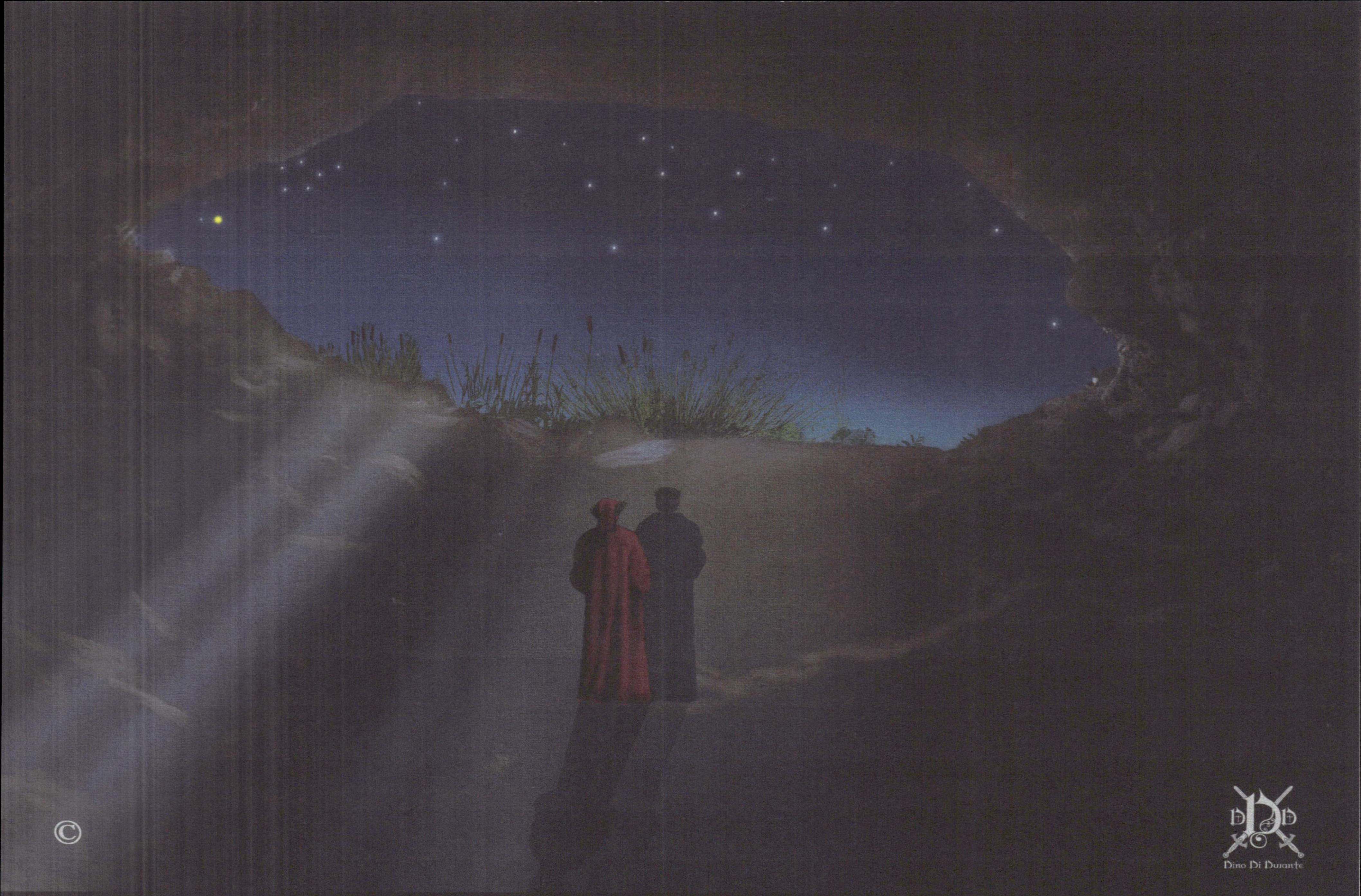

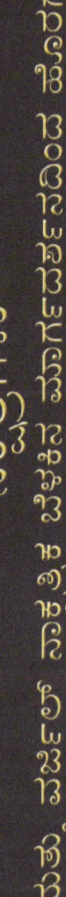

ಪಾವನದೊಳಕ್ಕೆ ನಿರ್ಗಮನ

ಕವಿಗಳು ಶುಕ್ರ ಮತ್ತು ನಕ್ಷತ್ರಗಳ ಪ್ರತಿಬಿಂಬವನ್ನು ಸಮುದ್ರದ ಮೇಲೆ ಗಮನಿಸುತ್ತಾರೆ

ಆಕಾಶಾ

ದಕ್ಷಿಣ ಶಿಲುಬೆ ಮತ್ತು ಮೀನ ರಾಶಿಯನ್ನು ಅವಲೋಕಿಸುವುದು

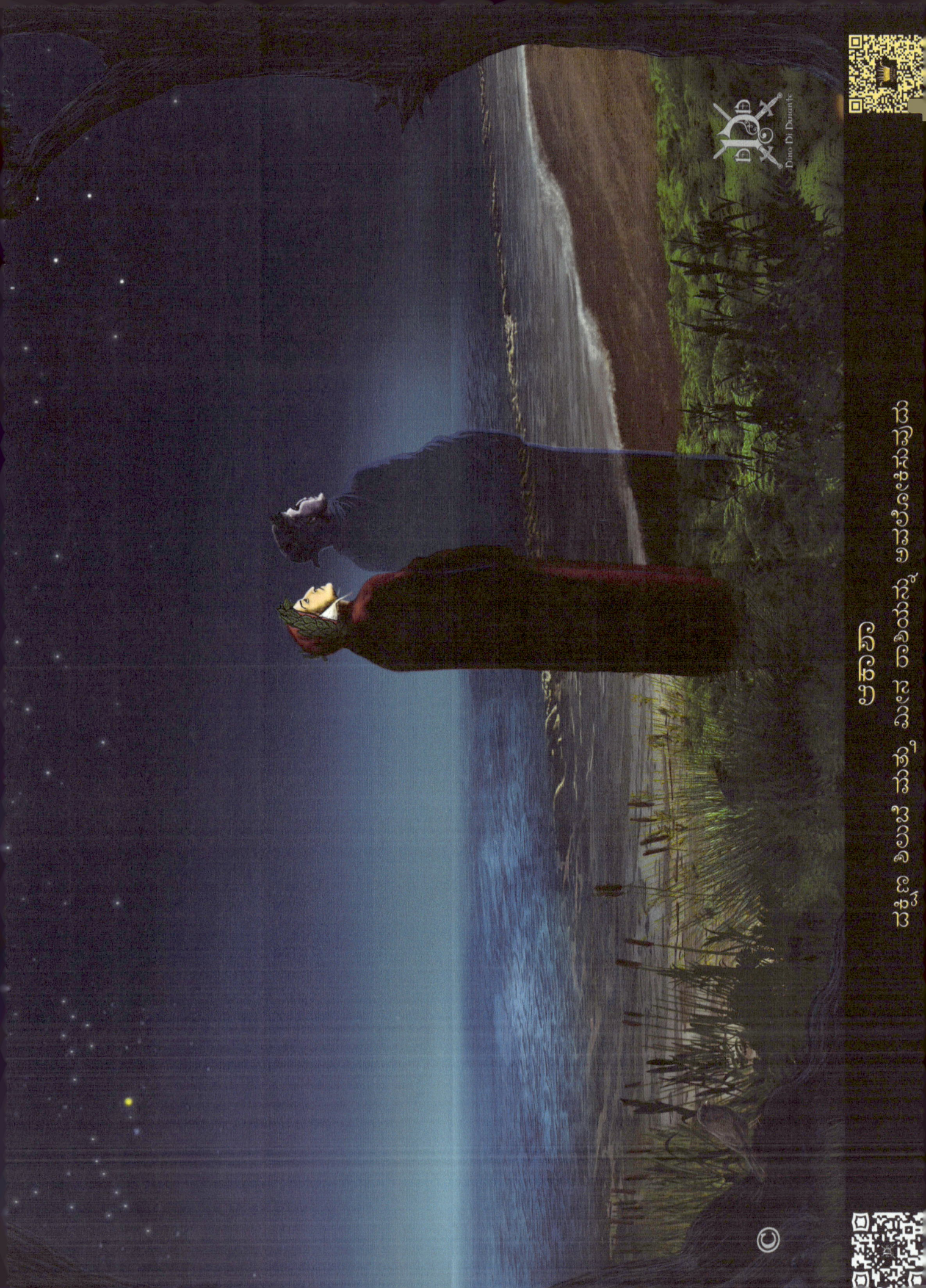

ನರಕದ ತೇಪೆಚಿತ್ರಣ

ಡಾಂಟೆ ಪ್ಲೂಟೊ, ಮಿನೊಸ್ ಮತ್ತು ಎರಡು ಆತ್ಮಹತ್ಯಕರ ನಡುವೆ

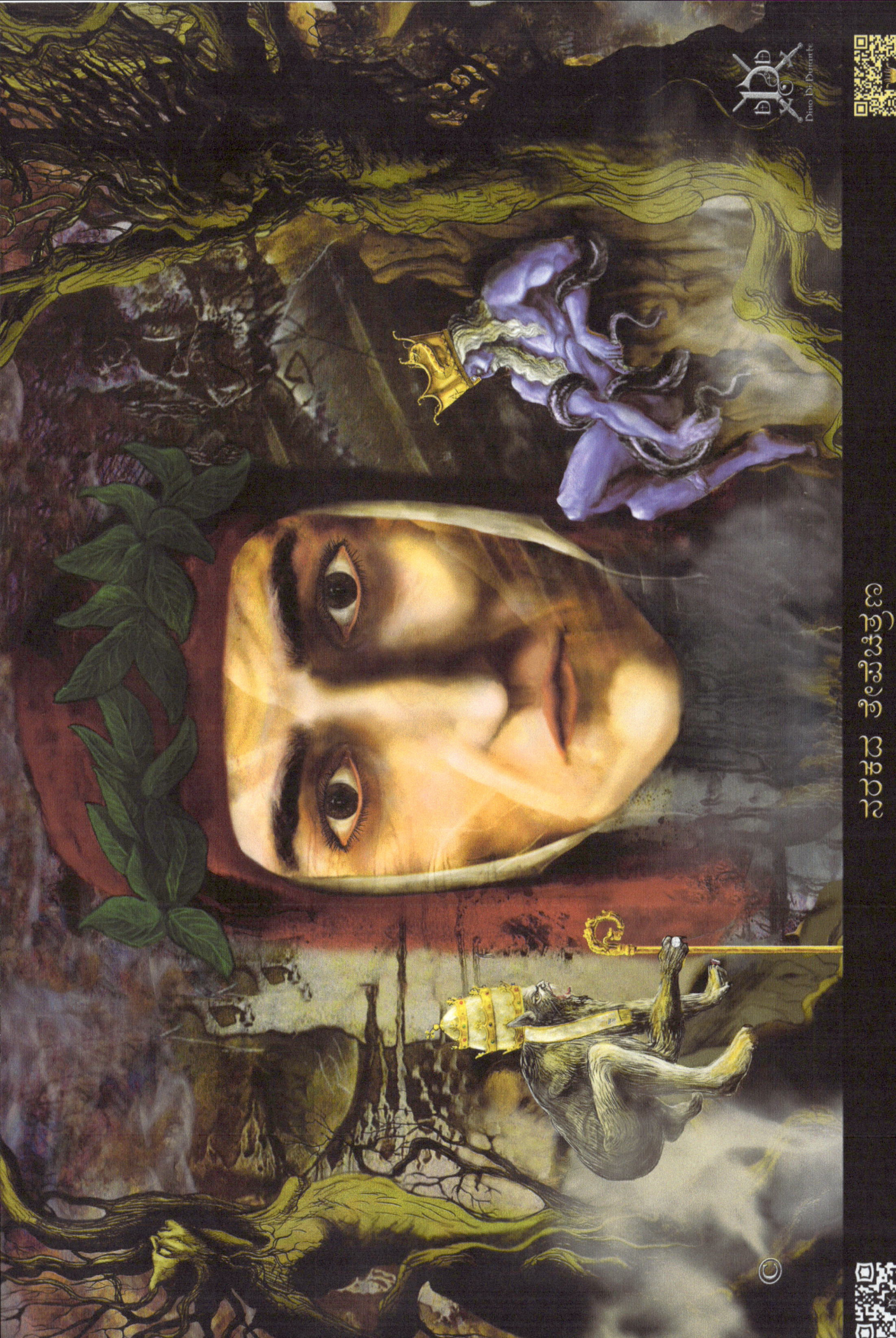

Armand Mastroianni
Presents
Dante's Hell Animated
A Film Produced and Directed by Boris Acosta
Artwork by Dino Di Durante
Eric Roberts
Nia Peeples
Vincent Spano
Jeff Conaway
Hélène Cardona
Al Sapienza
Shirly Brener
Rico Simonini
Vanna Bonta
Adrian Paul
www.DantesHellAnimated.com

Armand Mastroianni
presenta

Inferno Dantesco Animato
Regia di Boris Acosta

Vittorio
Gassman

Franco
Nero

Vittorio
Matteucci

Silvia
Colloca

Marco
Bonini

Cosimo
Fusco

Veronica
De Laurentiis

Susanna
Cappellaro

Arnoldo
Foa

Simona
Caparrini

Mario
Opinato

Sceneggiatore - Dante Alighieri
Adattamento - Dino Di Durante
Produttore - Boris Acosta
Musica - Aldo De Tata e Maria Eolani
www.InfernoDantescoAnimato.com